விடுதலைக்கிளர்ச்சி

கலைஞர் மு. கருணாநிதி

Title: Viduthalaikilarchi

Author: M. Karunanidhi

Language: Tamil

First Published on: 1953

Year of Publication: 2024

Book Format: Paperback

*Page Size: 6inch * 9inch*

Category: Essays

Subject: Political Essays

No. of pages: 52

ISBN: 978-81-996770-8-1

Published by: Nilan Publishers, Madurai, Tamilnadu, India

பொருளடக்கம்

வேங்கையை விரட்டும் படலம்....................................4
விடுதலைக் கிளர்ச்சி..7
அங்கும், இங்கும்...39

குறிப்புகளுக்காக

வேங்கையை விரட்டும் படலம்

பத்திரிகைச் செய்தியொன்று, கான்வார் மாவட்டக் கிராமக் காட்டில் நடைபெற்றதாக வெளியா யிற்று அண்மையில்.

துள்ளியோடிய கன்றுக்குட்டி யொன்றை புதரில் பதுங்கியிருந்த வேங்கை துரத்தியதாம்.

அதைத் தாய்ப் பசு கண்டு விட்டதாம். வேங்கையை எதிர்த்துத் துரத்தியதாம். தன் கொம்புகளால் வேங்கையின் பாய்ச்சலைத் தடுக்க முனைந்ததாம்.

"வேங்கையைத் துரத்திய பசு" வேடிக்கையல்ல! உண்மை நிகழ்ச்சி.

வேங்கையைத் துரத்திடும் பசுக்கள் பலவற்றை உலகமெங்கும் காணமுடிகிறது, இப்போது!

பலஹீனனும் சில நேரங்களில் பழிதீர்த்துக் கொள்கிறான். கோழையும் வீரனாகிறன்.

அழுது அழுது, கண்ணீர் காய்ந்து விடுகிறது. கதறிக் கதறி தொண்டையும் அடைத்து விடுகிறது.

பிறகுதான் கதியற்றவன் தன் கைபலத்தை நம்புகிறன். அதன் விளைவுதான் வேங்கையைப் பசு எதிர்க்கும் விசித்திரம்! .

நைந்துபோய் நரம்பும் தோலுமான நாடுகள், தங்கள் நகங்களால் வெறி தீரும் மட்டும் ஆணவக் காரர்களை கிழித்து எரிந்திருக்கின்றன.

வேங்கை வீழ்ந்திருக்கிறது; பசு வென்றிருக்கிறது;

கன்று காப்பாற்றப்பட்டிருக்கிறது.

இதுதான் விடுதலைக் கிளர்ச்சி. அழுத்தப்பட்டவன் அலட்சியமாகப் பார்த்திடும் பார்வைதான் விடுதலைக் கிளர்ச்சிக்கு நாள் குறித்திடும் தூதுவன்.

ஏழை - கோழை - மோழை - எப்படிப்பட்ட ரகமா யிருந்தாலும் சரி; வேதனையால் அழுத்தப்பட அழுத்தப்பட - பிறது, நிலைமை வேங்கையும் பசுவும் தான்.

பசுவிடம் விஷமம் வைத்துக்கொண்டாலே வேங்கை விரட்டப்படுகிறது என்றால், யானையின் ஆத்திரத்தைக் கிளப்பி விட்டால்?

சிறு சிறு நாடுகளே, ஆதிக்க சக்திகளின் ஆணவத்தை முறிய வைத்திருக்கிறதென்றால், பெரிய நாடு - திராவிட பூமி - அதிக்க சக்தியால் அழுத்தப்பட்டால் விளைவு என்ன ஆகும் ?

கேள்விக் குறிதான் பதில் கூறவேண்டும்.

கன்றைக் காப்பாற்ற பசு கனல் கக்கியிருக்கிறது.

சிறு நாடுகள் உரிமையைக் காப்பாற்ற சீறி எழுந்திருக்கின்றன.

இதோ பெரும் நாடு - பெருமைமிகு திராவிடம் - வாழ்ந்த வளநாடு - வீரர் கோட்டம் - மறவர் உலவிய மண் - தன் உரிமைகள் அழிக்கப்படுவதைக் கண்டு பொங்கி எழுந்துவிட்டது.

விடுதலைக் கிளர்ச்சியென்னும் இலட்சியக் காதையிலே "வேங்கையை விரட்டும் படலம்" தான் ஆரம்பமாக இருக்கும்.

விளைவைப்பற்றி கவனிப்பது கிடையாது; வெற்றி, தோல்வியைக் கணக்குப் போட்டு நடைபெறுவது கிடையாது விடுதலைக் கிளர்ச்சி.

மிதிக்கப்பட்டவர்கள் கொதித்தெழுவார்கள். கொதித்தவர் பககத்திலே கடமை செய்வோர் அணி வகுத்து நிற்பார்கள்.

இது வேங்கையை விரட்டும் படலத்திற்கு அடுத்த படலம்.

இந்த அத்தியாயத்திலேதான் எழுத்துக்கள் ரத்தத்திலே தோய்த்து எழுதப்பட்டிருக்கின்றன பல இடங்களில். பல நாடுகளில்.

விடுதலைக் கிளர்ச்சி

விடுதலைக் கிளர்ச்சி! தலைப்பிலேயே எவ்வளவு எழுச்சி. வீரர்களுக்கு துடிதுடிப்பையும் விவேகிகட்கு தித்திப்பையும் வழங்கிடும் உணர்ச்சிச் சொற்களின் கூட்டு, ஒலிக்கும் போதே புது விறுவிறுப்பை வாரி யிறைக்கிறது. விடுதலைக் கிளர்ச்சி வெறும் எழுத் தாரமல்ல; அந்த சொல்லுக்காக அர்ப்பணிக்கப்பட்டிருக்கிற உயிர்களின் எண்ணிக்கை கணக்கி லடங்கா! அறுத்துத் தரப்பட்டிருக்கிற நரம்புக் குவியல் அளவில் மிகப் பெரியது ! நொறுக்கப்பட்டிருக்கிற எலும்புகளின் தொகை ஏராளம்!

ரத்தச் சகதியிலே விதைக்கப்பட்ட பிணங்கள் தந்த இன்ப அறுவடைதான் விடுதலை! அதற்காக செய்யப்பட்ட உழவு முயற்சிதான் கிளர்ச்சி !

கிளர்ச்சியின்றி விடுதலை கிடைத்தது கிடையாது பெரும்பாலும்; எங்கேயும்; எப்போதுமே!

நாட்டிலே-வீட்டிலே-நடைமுறைகளிலே விடுதலைக்காக கிளர்ச்சிகள் மலர்ந்திருக்கின்றன. நெருப்பிலே விழுந்த புழு, செத்துவிடுவோமென்று தெரிந்தும் துடித்துப் பார்க்கிறது விடுதலைக்காக ! தவளையின் வாயிலே சிக்கிய பூச்சி, பாம்பின் பல்லிலே அகப்பட்ட தவளை, கருடன் நகத்திலே மாட்டிய பாம்பு, ஓநாயின் பார்வையில் பட்ட கருடன், கணை விடுவோன் கண்ணிலே வீழ்ந்த ஓநாய், இவை ஒவ்வொன்றுமே விடுதலைக்காகத்தான் போராட்டம் நடத்துகின்றன; இறந்துவிடுவோம் என்பது உறுதியாகத் தெரிந்துங்கூட!

நடைமுறைகள் மட்டுமல்ல; கடவுளரின் நிலைமை கூட இதேதான். கடவுளர் சம்மந்தப்பட்ட ஓவியங்களைக்

காணும்போது விடுதலைக்கிளர்ச்சியின் சாயல் அங்கே படர்ந்திருப்பது நன்றாகத் தெரிகிறது. கணபதியின் பருத்த தொந்தியையும், பெருத்த தலையையும் தாங்கமுடியாமல் பெருச்சாளி கஷ்டப்படுகிறது. முருகனின் திருவுருவத்தை சித்தரிக்கும் ஓவியத்திலே மயிலின் காலில் தொங்கும் பாம்பு விடுதலைக்காக கிளர்ச்சி நடத்துகிறது. மயிலோ வள்ளியையும் தெய் வானையையும் சேர்த்து சுமக்க முடியாமல் விடுதலைக் கிளர்ச்சி நடத்துகிறது. வள்ளி-தெய்வானைகளோ முருகனின் பன்னிரு கைகளின் பலமான அணைப்பை சகிக்க முடியாமல் விடுதலைக் கிளர்ச்சி நடத்துகிறார்கள். முருகனோ; பாவம் பக்தர்களிடமிருந்து விடுதலைபெற கிளர்ச்சி நடத்துகிறார்.

இப்படி அங்கிங்கெனாதபடி எங்கெங்கும் விடுதலை கிளர்ச்சியின் நிழல் தெரிந்து கொண்டிருக்கிறது.

பல்வேறிடங்களிலே பல்வேறு பெயர்களிருக்கலாம்; அது மொழி, இடம் இவைகளைப் பொருத்து மாறுபடுமே தவிர தன்மையில் விடுதலைக் கிளர்ச்சியே தான்.

உலகமெனும் சிறையிலே, குடும்பமெனும் செக் கிழுக்கிறேன். இதிலிருந்து விடுதலை கிடையாதா என்று வேதாந்தி அலறுகிறான்.

உலகிலிருந்து விடுதலை பெற்றால் உல்லாசமாய் வாழ்ந்திட வேறோர் உலகு இருப்பதாக அவன் கனவு காண்கிறான். அந்தக் கனவு வெறுங் கற்பனை யென்பதால் நாம், அவனுடைய விடுதலை விருத்தத்தை ஆமோதிப்பதில்லை. ஆட்சேபிக்கவும் செய்கிறோம்.

கூண்டுக் கிளியின் விடுதலைக்காக பூனை போராட்டம் நடத்துகிறது. கிளியின்மேல் உள்ள பாசத்தால் அல்ல; பசியைத் தணித்துக் கொள்ளும் ஆர்வத்தால்! ஆகவே அந்த பயங்கரமான விடுதலை முழக்கத்தை நாம் வரவேற்பதில்லை. கிளியின் விடுதலையும், பூனையின் பசியும் ஏக காலத்தில்

கவனிக்கப்படக் கூடிய பிரச்சினையாக ஆவதில்லை நம்மிடையே.

நிரபராதிக் கைதியும், கொலைகாரக் கைதியும் விடுதலையைத்தான் விரும்புகிறார்கள். இங்கே விடுதலைத் தீர்ப்பு மாறிக்கூட வழங்கப்பட்டு விடுகிறது. இதிலே யாருடைய விடுதலை, தேவையானது என்பது முக்கியமே தவிர 'விடுதலை' என்ற வார்த்தையின் வனப்பிலே மயங்கிவிட முடியாது.

இத்தனை பிரச்சினைகளையும் சிந்தித்துத் தான் உலக வரலாறு தீட்டிக் காட்டும் விடுதலைக் கிளர்ச்சிகளை நம்முன் நிறுத்தி பாடம் பெற முனைகிறோம் நாம். அவைகள் நேரடியாக போதிக்கும் பாடங்களை யல்ல; அவைகளைத் துருவி ஆராய்ந்து, நாம் நமக்குத் தயாரித்துக் கொள்ளும் பாடங்களைத்தான் குறிப்பிடுகிறேன்.

மனிதனோடு சேர்ந்து பிறந்திருப்பது விடுதலைக் கிளர்ச்சி. ஞானிகள் போக்கிலே கூ றவேண்டுமானால் மனிதன், சிசுவாக கருவில் தவழும்போதே விடுதலைக்கு கிளர்ச்சி நடத்தியிருக்கிறான். அதையல்ல; நான் குறிப்பிட விரும்புவது, மனிதன், ஒருவனாக, இருவராக, மூவராக, பலராக, சமுதாயமாக, நாடாக, இப்படி ஒவ்வொரு விதமாக மாறிய நேரத்திலும் ஒவ்வொரு வகையிலே விடுதலைக்காக போரிட நேர்ந்திருக்கிறது. அந்தப் போராட்டத்திலே நான் இங்கே விளக்கிட விரும்புவது அதிகமாக நாட்டுப் போராட்டங்களைத்தான்! அந்த விளக்கத்திலே இரண்டு நாடுகள் மோதிக்கொண்ட கதைகளை மட்டு மல்ல; நாட்டுக்குள்ளேயே எழுந்த நாசக் கும்பல்களை முறியடித்த வெற்றிச் செய்திகளையும் கவனித் திட வேண்டும்.

அமெரிக்கா, கொலம்பஸ் தோண்டிய புதையல்! புதிய நாடு! அங்கே குடியேறியவர்கள் ஆங்கிலேயர் கள். அவர்களால் அமெரிக்காவும், அமெரிக்காவால் அவர்களும் வளம்பெறும் வாய்ப்பு மலர்ந்திட்டது. உடனே பிரிட்டன், அவர்களை

தனக்கு வரிகட்ட வேண்டுமென்று உத்திரவிட்டது. அவர்கள் மறுத்தனர். வரிகட்ட வேண்டும் என்ற அதிகாரத் தொனியிலிருந்து விடுபெற முயற்சித்தனர். எதிர்த்தனர். வெற்றியும் பெற்றனர். இதுவும் விடுதலைக் கிளர்ச்சிதான்!

குணகோளார்த்தம், குடகோளார்த்தம் என்று பிரிக்கப்படும் உலகத்திலே பெரும்பாலும் குண கோளார்த்தமான கிழக்குப் பகுதியை குடகோளார்த் தம் அடிமையாக்கி வைத்திருந்திருக்கிறது; வைத்து மிருக்கிறது. கிழக்குப்பகுதி, சென்றுபோன நாட் களிலும் சரி- இப்போது சில பகுதிகளும் சரி - 'அடிமையாக்கப்பட்டும், ஏகாதிபத்தியப் பிடியில் சிக்கி யும், காலானிகளாகவும், காமன்வெல்த் போதையில் வீழ்ந்த நிலையிலும் வாழ்ந்திடும் போக்கிலேயே இருந்து வந்திருக்கின்றன. இருந்து வருகின்றன.

ஆனால் அந்தப் பகுதிகளில் எல்லாம் இப்போது விடுதலை வேட்கை கனிந்த நிலையிலும் அரும்பிய நிலையிலும் காணப்படுகின்றது.

குறிப்பாக தென்கிழக்கு ஆசியாவிலே ஏகாதி பத்தியத்தின் முரட்டுப் பாதங்கள் படிந்திருந்த பூமிகளில், அந்த அவமான அடையாளங்கள் கழுவப்பட வேண்டு மென்பதற்காக ரத்த அபிஷேகம் செய்யப் படுகின்ற காட்சிகள் தென்படுகின்றன. வளர்ந் திருக்கும் விடுதலை வேட்கையின் அறிகுறி அது என்பது தெளிவாகவில்லையா?

இந்தக் கிளர்ச்சிகளின் எதிரொலி, அந்தந்த நாட்டு அரண்களோடு அடங்கிவிடவில்லை. அரண்களையும் துளைத்துக்கொண்டு வெகு தூரத்திலுள்ள நாடுகளுக்கெல்லாம் சுதந்திர ஜுவாலை வீசியிருக்கிறது. அப்படி வீசிய காரணத்தால் எழுந்துள்ள தீப்பொறிகளின் எண்ணிக்கையை நினைத்தாலே நெஞ்சினிக்கும். கல்லறைகளாய் -காதலியை இழந்தவர்களாய்- கைம்பெண்களாய்-கண்மணியை இழந்த பெற்றோராய்- அனாதைகளாய் -அபலைகளாய் வீடற்ற வராய் -

ஓடேந்திகளாய்-பலர் ஆக்கப்பட்டாலுங் கூட விடுதலைக் கிளர்ச்சியென்னும் வளமான சொல்லை, நெஞ்சிலேந்தி யுத்தம் நடத்தும் நாடுகள் எல்லாம் தீயவர் வாழ்வைத் தீய்த்திடும் தீப்பொறிகள்தான். அதில் சந்தேகமில்லை; அணுவும் சந்தேகமில்லை.

வேட்டைக் காடுகள் போர்க்களமாகி விட்டன. விடுதலை பேரிகை முழக்கிடும் வீரர் பாசறைகளாகி விட்டன. இதோ இந்தோ சீனா! பிரஞ்சு ஏகாதி பத்தியத்தை எதிர்த்து இந்தோ சீனா மக்கள் கொரில்லா யுத்தம் நடத்துகிறார்கள். இரண்டு லட்சத்து எண்பத்தேழாயிரம் சதுர மைல் பரப்பளவு உள்ளதும், 240 லட்சம் மக்களைக் கொண்டதுமான இந்த நாடு - கொச்சின் சைனா, அன்னாம், டாங்கிங், கம்போடியா, லவோஸ் என்ற பகுதிகளைக் கொண்ட தேசம்-பிரஞ்சு நாட்டுப் பிடியிலே அகப்பட்டிருப்பதை எதிர்த்து டாக்டர் கோசிமின் என்ற தலைவனின் கீழே விடுதலைக் கிளர்ச்சி நடத்துகிறது. பாவோடாய் என்ற பொம்மை ராஜாவையும் வேறு சில பதுமைகளையும் பிரஞ்சு ஆதிக்கம் தன் சூத்திரக் கயிற்றிலே கட்டிவிட்டு விடுதலை தாகத்தை தடுத்திட முனைகிறது. 45-ம் ஆண்டிலிருந்து இதுவரையிலே லட்சத்து பத்தாயிரம் கோடி பிராங்குகள் செலவிட்டு பிரஞ்சுக் கழுகு யுத்தம் நடத்தியிருக்கிறது இந்தோ சீனாவில்! 52-ம் ஆண்டுக்கு 43 ஆயிரம் கோடி செலவிட திட்டம் தீட்டியிருக்கிறது. இது 45-ம் ஆண்டில் மட்டும் செலவழிக்கப்பட்டதை விட 135 பங்கு அதிகமான தொகையென்று கணக்கிடப் படுகிறது

பண- பிணம் இவைகளைக்காட்டி இந்தோ சீனாவின் எடுதலைக் கிளர்ச்சியை முறியடித்துவிடலா மென்று தப்புக் கணக்குப் போடுகிறது பிரஞ்சு ஏகாதிபத்யம். உயிரைச் சிந்திடினும் கவலையில்லை எனக் கங்கணம் கட்டியுள்ள காளையர் விடுதலைக் கிளர்ச்சியின் தூதுவர்களாய் நிற்கின்றார்கள் உலக அரங்கின் முன்னே ! இந்தோ சீனாவிலே!

இந்தோனேஷ்யாவிலே நடைபெற்ற விடுதலைப் போரை மறந்துவிட முடியாது. சர்க்கரை, பெட்ரோல், ரப்பர், ஈயம் முதலிய பொருள்களை தமதாக்கிக்கொண்டு கொழுத்துக் கிடந்த டச்சுக்காரரை விரட்டியடிக்கும் பணியிலே விடுதலைக் கிளர்ச்சி மூண்டது இங்கே! பெரும்பாலான முஸ்லீம் மக்களைக் கொண்டதும் மூவாயிரம் சிறு சிறு தீவுகளைக் கொண்டதும் இந்தோனேஷ்யா. ஜாவா, சுமத்ரா முதலிய தீவுகளில் சுதந்திரப் போர் நடத்தி மக்கள் குடியரசை மலரச் செய்தனர். டாக்டர் சுகர்லேவும் தலைவரானார். புது வாழ்வு அரும்பியது விடுதலைக் கிளர்ச்சியால்!

ஆப்பிரிக்கக் கடலோர முள்ள பூமி மடாஸ்கர். புரட்சிகள்-கிளர்ச்சிகள்-சுதந்திர சங்கநாதங்கள் கேட்டிட முடியாத அளவுக்கு வெகு தெலைவில் உள்ள இடம். நீங்கள் நினைக்கிறீர்களா ; அங்கே ஒரு விடுதலைக் கிளர்ச்சி நடக்க முடியுமென்று!

நடந்திருக்கிறது தோழர்களே; டந்திருக் கிறது. மடகாஸ்கரில் உள்ள மல்காஷ் மக்கல் பிரஞ்சுக் காலனி ஏகாதிபத்யத்தை எதிர்த்து ஒரு போர்! ஆம் விடுதலைக் கிளர்ச்சி ! இது எதைக் காட்டுகிறது ? ஆணவக்காரர்களின் ஆதிபத்யம். - மமதையாளரின் மண்டைத்திமிர் - இனி எங்கேயும் நிலைத்திட முடியாது; துள் தூளாக ஆக்கப்பட்டுத்தான் தீரும் என்பதைத்தானே !

காலனியினின்றும் விடுபட்ட லிபியா, விடுபடக் கிளர்ச்சி செய்யும் டூனிஸியா இவைகளெல்லாம் விடுதலை கீதத்தின் எழுச்சிமிக்க வரிகள் என்பதை யார் தான் மறுக்க முடியும். அரபு மக்களின் தனித்த ஆனால் இனித்த வாழ்வுக்காக டூனிஸியாவிலே நடைபெறும் விடுதலைக் கிளர்ச்சி உலக மக்களால் கவனிக்கப்படுகிறது. முற்போக்கு சக்திகளின் அனு தாபத்தைப் பெற்றிடுகிறது.

பெரிய நாடோ சிறிய நாடோ.... பேதமில்லாமல் பேரிகை கொட்டியிருக்கிறது, தளையை அறுத்துக் கொள்வதற்காக.

விடுதலைபெற்ற நாடுகளிலே கூட அமுக்கப்படும் சில இனங்கள் தங்கள் விடுதலைக்காகப் போரிடுவதைக் காணமுடிகிறது.

உரிமை முழக்கங்கள் ஒலித்திடுவதை கேட்கமுடிகிறது.

1937ல் இந்தியாவிலிருந்து பிரிக்கப்பட்டு, 42 முதல் மூன்றாண்டுகள் ஜப்பானியர் ஆதிக்கத்திலிருந்து, பிறகு பிரிட்டிஷ் கையில் மாறி, பின்னர் 1948ல் சுதந்திரக் குடியரசான பர்மாவிலே தனி பூமி கோரி கரேனியர் என்ற மலை வகுப்பினர் கிளர்ச்சி நடத்துகின்றனர். சரியோ, தவறோ விடுதலை ஆர்வம் எப்படியெப்படி, எங்கெங்கே புறப்படுகிறது என் பதை நினைவூட்டவே இதைக் குறிப்பிடுகிறேன்.

மலேயா பிரிட்டிஷ் காலனியிலே சுல்தான் ஆட்சியை பொம்மை ஆட்சியாகக்கொண்டு கட்டுண்டு கிடக்கிற நாடு. அங்கும் மக்களிடையே விடுதலை உணர்ச்சி சுடர் விட்டிருக்கிறது. பிற்போக்கு சக்தியை எதிர்த்து நடத்தும் போராட்டத்திலே மரண மேடையைத் தழுவிடும் பயங்கர தண்டனைகளையும் ஏற்று பலர் ஈடுபட்டிருக்கிறார்கள்.

அமெரிக்கக் காலனி பிலிப்பைனிலே காணமுடிகிறது விடுதலைக் கிளர்ச்சியை!

சிலோன் காமன்வெல்த்திடமிருந்து விடுபட வேண்டுமென்று அங்குள்ள மக்கள் எழுப்பும் குரல் நமது காதிலே விழாமலில்லை. இப்போது ராணியாகி விட்ட எலிசபெத், இளவரசிப் பட்டத்தோடு சுற்றுப் பயணம் வரத் திட்டம் போட்ட சமயத்தில் சிலோன் சர்க்கார் எலிசபெத்துக்கு ஒரு வரவேற்பளிக்க தீர்மானித்தனர். அதை மறுத்து மக்கள் நடத்திய கிளர்ச்சியை மறந்துவிட முடியாது நாம்.

பிரிட்டிஷ் தீவுகளைச் சேர்ந்த அயர்லாந்து 1937 ல் சுதந்திரம் பெற்றது. பெயரளவிலிருந்த பிரிட்டிஷ் மன்னன் அதிகாரத்தையும் 1949ல் விலக்கிவிட்டு காமன்வெல்த்

நாடுகளின் பட்டியலிலிருந்தும் பிரிந்து விட்டது. எப்படிக் கிடைத்தது இந்த சுதந்திரம் !... விடுதலைக் கிளர்ச்சி தந்த வெகுமானமல்லவா அது !....

இரான் என்றதும் எண்ணெய்க் கிணறுகள் ஞாபகம் வருகிறதே. அந்த எண்ணெயிலே விழுந்த தீப்பொறி இரானிய மக்களின் இதயத் தீயாகமாறி டெஹ்ரான் தலைநகரின் இலட்சிய முரசு கொட்டப் பட்டதை - பிரிட்டிஷ் அமெரிக்க சதிகளை எதிர்த்திடும் மக்கள் சேனையின் உரத்த குரலை விடுதலைக் கிளர்ச்சியென்று

சொல்லாமல் வேறென்ன சொல்வது. யாருடைய நாட்டில் யாருடைய வாணிபச் சந்தை? இப்படி அதட்டிக் கேட்கிறது பாரசீகத்தின் இருதயம்.

நீலநதி அணைத்துக் கிடக்கும் எகிப்து நாடும், பிரிட்டனும் கூட்டு ஆதிக்கம் செய்துவரும் சூடானில் சுதந்திர தாகம் ஏற்பட்டிடக் காண்கிறோம்.

அட்லாண்டிக் கடலிலே மிதந்திடும் ஐஸ்லாந்து டென்மார்க் அரசனுடைய தர்பார் நடைபெற்ற கொலு மண்டபமாயிருந்தது 1944 வரையில். மக்கள் வாக்கெடுப்பு நடைபெற்று சுதந்திரக் குடியரசாக கொடி நாட்டியது. விடுதலைக் கிளர்ச்சியின் விளை வல்லவா அது!

இப்படி உலகத்தின் மூலை முடுக்குகளில் எல்லாம் முதுகிலே அமுந்தியிருந்த மூர்க்கர்களின் பாதங்களை முழங்காலோடு வெட்டி யெறிந்த விடுதலை யுத்தங்கள் நடைபெற்றிருக்கின்றன.

வரலாற்று சுவடியிலே சிவப்பு எழுத்திலே மின்னிடும் பிரஞ்சுப் புரட்சியும், ரஷ்யப் புரட்சியும் மறுமலர்ச்சி யுகத்திற்கு ஆறுதல் தரும்-ஆர்வ மூட்டும் அற்புதச் செய்திகளாகவும், மதோன்மத்தர் களுக்கு இடியின் உறுமல்களாகவும் தோன்று வதிலே ஆச்சரியமில்லை.

நாயும் மனிதனும் மாமிசத் துண்டுக்கு சண்டை போட அதைக்கண்டு பிரபுக்கள் சீறிட-மனிதன் மேல் உள்ள கருணையால் வந்த ஆத்திரமல்ல.... நாயின் உணவை மனிதன் பறிக்கிறானே- என்ற கோபத்தால் குதிரைப் படைகளை ஏவிட, தாவிடும் குதிரைகள் தளர்ந்து, போனவர்களின் விலாவிலே குளம்படிகளை பதித்து, எரியும் வயிற்றைக் கிழித்து விழி பிதுங்கச்செய்து, வெருண்டோடிட, அதுகண்டு வெற்றிப் புன்னகையும், வெறிச் சிரிப்பும் முழக்கிய வர்களை யெல்லாம் விடுதலைப் போர்க்களத்திலே சந்தித்தனர், பிரஞ்சு மக்கள். பசி என்றவருக்கு பாஸ்டிலி சிறை காட்டப்பட்டது. பாஸ்டிலியைக் காட்டியவர்களுக்கு விடுதலைப்போர் படைகளைக் கட்டியது. அதுவும் விரைவாக! வேக வேகமாக!

ரஸ்புடீனின் பயங்கரத் தாடி அசைவை, முகத்திலே உதயமாகும் விகாரக் கீறல்களை, விழியிலே மின்னும் கோரத்தை, விலை மதிக்க முடியாத வித்தகரின் உபதேசமென எண்ணிய ஜார் மன்னனை, அவனுடைய அதிகாரப் புயலை- சர்வாதிகார சூறாவளியை - அவன் வால்பிடித்த வஞ்சகர்களை மமதையாளரை-மாளிகை வாசிகளை-பிரபுக்களை -பிற்போக்கு சக்திகளை சுக்கல் சுக்கலாக தகர்த் தெறிந்த ரஷ்ய மக்களின் விடுதலைக் கிளர்ச்சி உலக அரங்கிலே பேசப்படாத நேரம் கிடையாது. முத லாளி மூர்ச்சையாகிறான்; மூர்க்கன் முதுகு காட்டுகிறான்; முட்டாளும் தலை நிமிர்கிறான்; கோழையும் கொக்கரிக்கிறான் ரஷ்யப் புரட்சியின் கதையைக் கேட்டால்.

ரஷ்யாவிலே அக்டோபர் புரட்சிக்குப் பின்னும் முதல் உலகப்போர் முடிவுற்ற பிறகும் சீனாவிலே எழுச்சிக் கதிர் படரலாயிற்று.

பிரபுத்துவம், ஏகாதிபத்யம், ராணுவ வெறி, அதிகார போதை இவைகளையெல்லாம். எதிர்த்து தொழிலாளர் எழுந்தனர் சைனாவில்.

1921-ம் ஆண்டில்தான் சைனாவிலே கம்யூனிஸ்டு கட்சி உதயமாயிற்று. முதலிலே அவர்களுக்கு கோமிண்டாங் கட்சியுடன் ஒரு ஐக்ய முன்னணி அமைப்பது தேவையாயிற்று. 1925-ல் இரண்டாயிரம் பேராக இருந்த விடுதலைக் கிளர்ச்சி வீரர்கள் 1927-ல் முப்பது லட்சம் பேர்கொண்ட அணியாக மாறினார்கள். 37 முதல் 45 வரையிலே சீனாவுக்கும் ஜப்பானுக்கும் போர் நடைபெற்றது.

அந்தப் போரிலே ஜப்பானிடமிருந்து சீனா விடுதலை பெற்றது. வெற்றிமாலை சூடியது.

சியாங்கே ஷேக் தலைவராக இருந்தார். ஆம்; கோமின்டாங் கட்சி ஆட்சி புரிந்தது. 1946-ல் மக்கள் விடுதலை சேனையைவிட கோமின்டாங் சேனை இரண்டு மடங்கு அதிகமாயிருந்தது.

கோமின்டாங் கட்சி சர்வாதிகாரக் கட்சியாக ஆட்சி செலுத்தியது. விடுதலை சேனைக்கும் கோமின் டாங் சேனைக்கும் மோதுதல் ஏற்பட்டது. சர்வாதிகார மொழிந்த மக்களாட்சி தேவையென்று உரத்த குரலெழுப்பியது விடுதலைக் கிளர்ச்சி சேனை. அந்தக் குரல் கோமின்டாங் கட்சியால் அலட்சியம் செய்யப் பட்டது.

'பெரிய கட்சி நாம்! 'என்ற கர்வமும், 'ஆளும் கட்சி நாம்' என்ற அகந்தையும்.

'முதல் கட்சி நாம்தான்' என்ற முரட்டு பிடிவாதமும் கொண்டு மனம் போன போக்கில் முதலாளி வர்க்கத்தின் செல்லப்பிள்ளையாக ஆடினார் சியாங்கே ஷேக்.

அமெரிக்காவின் அன்பும் கடைக்கண் பார்வையும் அமோகமாக இருப்பது ஒன்றே போதுமென எண்ணினார் கோமின்டாங் தலைவர். ஆகவே அவரையறியாமல் கொடியவரானார். கொந்தளித்தது மக்கள் கடல். சாதாரணமாக அல்ல! உயிரையும் பணயமாக வைத்து!

1949-ம் ஆண்டிலே அக்டோபரில் சீனாவிலே விடுதலைக் கிளர்ச்சி வெற்றி கண்டது. புது வாழ்வு தோன்றியது. புது நிலவு புறப்பட்டது. பூரிப்பு வழிந்தது! சியாங்கே ஷேக் பார்மோசாவுக்கு ஓட நேர்ந்தது. மக்கள் தலைவனாக மாசேதுங். ஆம்; மறுமலர்ச்சித் தூதுவனாக. இது அனைவருக்கும் தெரிந்த வரலாறுதான். ஆனால் இந்த வரலாறு தரும் போதனை என்ன ?

கோமின்டாங் கட்சி வீழ்ந்தது!

ஏன்?

கட்சியின் பெயர் பிடிக்காமலா?

அருமையான பெயர்; கோமின்டாங் கட்சி என்றாலே புது வாழ்வுக் கட்சி என்று பொருள். பெயர் பிடிக்கவில்லை என்று சொல்வார்களா மக்கள்.

மகிழ்ச்சிகரமான பெயர்.

மனோரம்யமான மறுமலர்ச்சிப் பெயர்.

எழுச்சிமிக்க வார்த்தை.

சுவையான சொல்.

உள்ளத்தைக் கொள்ளை கொள்ளும் எழுத்துக் கோர்வை.

புது வாழ்வு !

பிடிக்காமலா போய்விடும்! புன்னகை நெளியும் முகத்துடனே, பூரிப்பு பொங்கும் அகத்துடனே வர வேற்றிருப்பாரே மக்கள்.

ஆனால் அந்தக் கட்சியை அழித்தொழிக்க முயன்றிருக்கிறார்கள். ஏன்? கட்சியின் தலைவராக இருந்தவர் சாதாரணமானவரல்லவே!

சன்யாட்சன்!

சைனாவின் ஒளி விளக்கு. சீர்திருத்த ஓவியன். நல்வழி காட்டிய நட்சத்திரம். அவர்தான் தலைவர் புது வாழ்வுக் கட்சிக்கு அன்றொருநாள்! அவர் நடமாடிய கட்சி, நாசமானது. உத்தமர் உலவிய சோலை, பாலையானது, நல்லவர் அமர்ந்திருந்த பூங்காவிலே புயல் நுழைந்தது. கோமின்டாங் கவிழ்ந்தது. விடுதலைப்போர் வென்றது.

சற்று சிந்தனைக்கு வேலை கொடுங்கள்! அயல் நாடுகளில் திரியவிட்ட விழிகளை இங்கே இழுத்து வாருங்கள். பக்கத்து நாட்டு ஏடுகளில் பாய்ந்திருந்த பார்வையை கொஞ்சம் இங்கே திருப்புங்கள்.

அண்டை நாடு சைனா அருகே நம் பண்டை நாடு எனச் சொல்லப்படும் இந்துஸ்தான்!

சைனாவிலே ஆளும் கட்சியாக இருந்தது கோமின்டாங் கட்சி.

இங்கே ஆளும் கட்சியாக இருப்பது காங்கிரஸ் கட்சி.

கோமின்டாங் கட்சி அழகான பெயர்.

காங்கிரஸ் கட்சியும் அழகான பெயர்தான்! கோமின்டாங் தலைவராயிருந்தவர் சன்யாட்சன். காங்கிரசின் தலைவராயிருந்தவர் மகாத்மா காந்தி!

சன்யாட்சனின் 'வார்சு' என்று கூறிக்கொண் டவர் சியாங்கே ஷேக்.

காந்தியாரின் 'வார்சு' என்று கூறிக்கொள் *wait ....??*

சொல்ல விரும்பவில்லை, நான்!

சியாங்கே ஷேக் சென்ற இடம் பார்மோசா.

இங்கே! பாவம்; பார்மோசா ஏற்பட வேண்டாம்.

வெளிநாடுகளிலே விழியோட்டிய நேரத்திலே காலனி ஏகாதிபத்யத்தை எதிர்த்தும், முதலாளி வர்க்கத்தை எதிர்த்தும், சுரண்டல் சுகபோகிகளை எதிர்த்தும், பிற்போக்கு சக்திகளை எதிர்த்தும் விடுதலைக் கிளர்ச்சிகள் நடைபெற்றதைக் கண்டோம்.

அது போன்ற ஒருவகைக் கிளர்ச்சி தான் இந்தத் துணைக் கண்டத்திலே நடைபெறுகிறது. அந்தக் கிளர்ச்சி அலட்சியப்படுத்தப்படுகிறது அகம் பாவக்காரர்களால்.

பாகிஸ்தான் வேண்டுமென்ற பரணி பாடப்பட்டு - கேளாக் காதர்களால் கேலி பேசப்பட்டு 'கேடு கெட்டவர்களே ! கெடுமதி வேண்டாம்' என்று பயமுறுத்தப் பட்டு, முடிவில் முஸ்லீம்கள் இந்தியத் துணைக்கண்டத்திலிருந்து விடுபட்டு தனித் தரணி அமைத்துக் கொண்டார்கள். தணியாத ஆர்வம் - தளராத கிளர்ச்சி-தடைபடாப் போராட்டம்- இவைகள் தந்த இணையற்ற வெற்றியின் இன்பச் சிந்து இஸ்லாமிய பூமியிலே கேட்கத் துவங்கியது.

அதைத் தொடர்ந்து - இல்லை தோழர்களே; தொடங்கியதே நாம்தான் - துண்டிக்க வேண்டும் திராவிடத்தை வடநாட்டிடமிருந்து, என்று எக்காளமிடுகிறோம்.

இந்த விடுதலைக் கிளர்ச்சிக்கு தரப்பட்டது விளக்கங்கள் மட்டுமல்ல ; வீரர் பலரின் வாழ்வையும் தந்திருக்கிறோம்.

தாலமுத்து நடராசன் கல்லறை. கல்லறையிலே சிந்திய கண்ணீர்.

மரத்திலே ஊசலாடவிடப்பட்ட மாவீரன் உடையார் பாளையம் வேலாயுதம்.

மதுரையிலே தூவிவிடப்பட்ட நெருப்பு.

மஜீதின் பிணம்.

தேனீ திருவிளையாடல்.

குன்றத்தூர் துப்பாக்கிப் பிரயோகம்.

குடந்தை வீதியிலே குருதி வெள்ளம்.

கர்பத்தோடு காட்டுக்கு விரட்டப்பட்ட வீரப் பெண்மணி.

கொள்கை வீரர்மேல் ஏவிவிடப்பட்ட சென்னை குதிரைப் பட்டாளம் சிந்த வைத்த செந்நீர்.

மொட்டையடித்த குட்டைச் செயல்.

தடையுத்திரவால் தாக்கப்பட்டவர். தடியடியால் தழும்பு பெற்றவர்.

இத்தகைய கண்ணீரைப் பெய்ய வைக்கும் கர்ண கடூரச் செய்திகள், திராவிட விடுதலைக் கிளர்ச்சியிலே இடம் பெற்றிருக்கின்றன.

கிளர்ச்சி நடத்தவேண்டும் என்ற ஆசைத் துடிப்பல்ல இதற்குக் காரணம்.

வாழ்ந்திருந்தோம் ; வீழ்ந்துபட்டோம் என்ற சரித்திர வாக்கியங்களை வைத்துக் கொண்டுதான் நாடு கேட்கிறோம். பிரிவினை கோருகிறோம். ஆண்டவர்கள் மாண்டு விட்டார்கள். ஆளப் பிறந்தவர்கள் நாடு கேட்கிறார்கள். இது தவறு என்று கூறப்படுகிறது. விபரீத - விசித்திர - அதோடு வேதனையான ஆனால் விளையாட்டுத்தனமாக ஒரு பெரிய பிரச்சனையிலே கண்ணோட்டம் செலுத்திடும் போக்கினர் பலர் இருக்கிறார்கள்.

"மத்ய சர்க்காருடன் தான் இணைந்து வாழ வேண்டும். அப்போது தான் பலம் பொருந்திய நாடாக இருக்க முடியும்."

இது சிலரது வாதம்.

மத்ய சர்க்காருடன் இணைந்து வாழமுடியாது என்பதற்கு நாம் காட்டியிருக்கும் காரணங்கள் கணக்கிலடங்கா.

அவர்களையே பேசவைத்தோம். அவர்களில் சிலர் நாம் சொல்வதை வேறுபாணியிலே சொன்னார் கள். இப்போதும் சொல்கிறார்கள்.

ஒன்பது லட்சம் டன் உணவு வேண்டும் என்று கேட்டு ஆறு லட்சம் தான் தரமுடியும் என்று மத்ய சர்க்கார் உறுமிடும் வேளையிலே இங்கிருப்போர் நினைக்கமாட்டார்களா, நமது விடுதலைக் கிளர்ச்சியின் பொருளை!

“ மாகான சர்க்காரின்மீது அளவுக்கு மேற்பட்ட அதிகாரம் செலுத்துவதாக இந்திய அரசியலமைப்பின் பிரிவுகள் இருக்கின்றன" என்றும்,

"பலதரப்பட்ட மாற்று உள்ளங்களைக் கொண்ட நாடு முள்ளின் மேலிருப்பது போன்றதாகும்" என்றும்,

"இந்திய அரசியலமைப்புப்படி அதிகாரங்கள், வடக்கே உள்ள இந்துக்கள் வசமே ஒப்படைக்கப்பட்டிருக்கின்றன" என்றும்,

அல்லாடி அய்யரின் சஷ்டியப்தபூர்த்தி தர்ம ஸ்தாபன நிதிவிழாவிலே இலங்கைப் பல்கலைக் கழக துணைவேந்தர் ஐவார் ஜென்னிங்ஸ்--இந்து பத்திரிகையின் மதிப்புரையிலே, தெளிவான தீர்ப்பு வழங்கும் அறிஞர் என்று பாராட்டப் பெற்றவர்—பேசியிருக் கிறார் என்றால் அப்போது சிந்தித்திருக்க மாட்டார்களா, திராவிட விடுதலைக் கிளர்ச்சியின் உண்மை உருவம் என்னவென்று! சிறுமதி படைத்தவர்களும் உணர்வார்களே; சீற்றத்தைச் சிறிது வெளியே எடுத்து வைத்துவிட்டு அனுமதியை அணைத்தபடி ஆலோசிக்கத் தொடங்கினால்.

சென்னை கடற்கரையிலே எடுக்கப்படும் சங்குகள் வடநாட்டுக்குச் சென்று வளையல்களாக செய்யப் பட்டு திராவிடத்தின் கடைத் தெருவிலே விற்கப்படுகிறது

என்பதைக் கேட்கும்போதும். ஆறு லட்சத்திற்கு மேற்பட்ட சங்குகள் ஆண்டுதோறும் இப்படி அனுப்பப்படுகின்றன என்பதை உணரும் போது திராவிடப் பிரிவினைக் கிளர்ச்சி அர்த்தமுள்ளதுதான் என்று புலப்படாமல் போய்விடுமா?

திருவாங்கூர் சமஸ்தானத்திலே ஆல்வாய் என்ற இடத்திலே உரம் தயாரிக்கும் ரசாயனத் தொழிற் சாலை இருக்கிறது. அது சிறியதாயிருக்கிறது என்று பீஹாரில் சிந்தரி என்னுமிடத்திலே புதிதாக பெரிய தொரு ரசாயன எரு தொழிற்சாலையை தொடங்கியிருக்கிறார்கள். இங்கே தயாரிக்கப்படும் அல்மோனியம் சல்பேட்டுக்கான ஜிப்சம் என்னும் சுண்ணாம்புச் சத்து பெரும்பகுதி திருச்சியிலிருந்து கிடைக்கிறது. ஆனால் சிறியதாயிருக்கிற ஆல்வாய் தொழிற் சாலையை விரிவுபடுத்தும் எண்ணமில்லாமல் சிந்திரியிலே புதிதாய் திறப்புவிழா செய்கிறார்கள். இது மட்டுந்தானா?

ஆலை அரசுகள் அங்கே-மக்கள் சாலைச் சருகுகளாய், இங்கே. டாட்டாவும், பாட்டாவும், பிர்லாவும் தென்னாட்டின் பிடரியிலே அமர்ந்து சவாரி செய்கிறார்கள். பணத்தால், பதவியால், திராவிடத்தைத் தேய்த்திடும் தீயபோக்கும், வஞ்சக நோக்கும் கொண்டு தங்கள் ஆதிபத்தியத்தின் வலுவை அதிகப்படுத்தி, டில்லியின் முத்திரை பெறாமல் சென்னை சிரம் தூக்கிடலாகாதெனச் செப்பிடும் செந்தேள் நாக்கினரின் திருவடிகளிலே சரணம் பாடிக்கிடக்கிறது, மரண வாயிலிலும் மாற்றானுக்கு வணங்காத மாசற்ற மரபு.

கோடிக்கணக்கிலே வரியைப் பெற்றும் வாடிக் கிடக்கும் திராவிடத்தை வாழவைக்க மனமில்லாத குள்ளநரிகளிடம் கூடிக் குலாவிடவேண்டுமாம்; குறைமதியினர் கூறுகிறார்கள்! குதர்க்க வாதிகள் அவர்களோடு சேறுகிறார்கள்! கொடியவர்களும் துணை போகிறார்கள்! குதூகலம் நல்கும் செய்தியா இது, விடுதலைக் கிளர்ச்சிக்காரர்கட்கு! இல்லைதான். ஆனாலும் விடமுடியாதே; விஷமிகளுக்கு, விபீஷணர்களுக்கு பயந்துகொண்டு, எடுத்த கொள்கையை இந்தோசீனா கண் எதிரே தெரிகிறது; நம் கடமையை

உணர்த்துகிறது, இந்தோனேஷ்யா முயற்சி திரு வினையாக்கும் என்று முல்லைச் சிரிப்போடு மொழிந்திடுகிறது. கோமின்டாங்கை வீழ்த்தி கொடி நாட்டிய சைனா, "தளராதே நடவேகமாய் ! புலியென! புயல்போல!" என்று தட்டிக்கொடுக்கிறது.

வெற்றிபெற்ற நாடுகளை வழிகாட்டியாகக் கொண்டு, விடுதலைக் கிளர்ச்சியிலே வீழ்ந்துவிட்ட நாடானாலும் அதன் வீரத்தை நினைவூட்டி இங்கே விடுதலைக் கிளர்ச்சி நடந்துகொண்டுதானிருக்கிறது.

இன்று இந்தோசீனா! நாளை இந்தோனேஷி யாவாக மாறலாம் !

குமுறிவரும் அலைப் பெருக்கை மணல் வீட்டுச் சுவர்களால் தடுக்க நினைப்பது மழலைகளின் வேலை. விளையாட்டுச் செய்கை !

பெரியவர்களே அதில் ஈடுபட்டால் அப்போது மழலை வேலை என்பதல்ல அதற்கு பெயர்; மண்டூகங்களின் வேலையாகிவிடும்.

மணல் சுவர் அமைத்திடும் செயலிலே தான் பலர் இறங்கியிருக்கிறார்கள்.

“திராவிடம் என்பது தமிழ்ச் சொல்லே அல்ல; ஆகையால் திராவிடநாடு கூடாது! திராவிடம் எந்த நூலிலும், எங்கேயும் இல்லாத வார்த்தை; ஆகையால் திராவிட நாடு கூடாது!"

இப்படி ஒரு மறுப்பு கிளம்புகிறது; மணல் வீடு போல!

மனோன்மணியம் சுந்தரம்பிள்ளையின் கவிதையிலே கம்பீரமாக நிற்கிறது, திராவிடம் என்ற தேன் சொல்.

மாமல்லபுரம் கடற்கரைச் சிற்பக் கோயில்களிலே "திராவிட பாணியில் செதுக்கப்பட்டது” என்ற வார்த்தைகள் சிறுநோக்கினரைப் பார்த்து சிரித்திடுகின்றன,

சென்னை கடற்கரை அரசினர் கல்லூரி வாயிலிலே நிற்கும் உ. வெ. சாமிநாத அய்யரின் சிலையிலே முழக்கமிடுகிறது ; "திராவிட வித்யாபூஷணம் ' என்ற வாக்கியம்.

தாகூரின் தேசீய கீதத்திலே "திராவிட உட்கல வங்க" என்ற அடிகள் நினைப்பூட்டுகின்றன திராவிடத்தை!

கண்டும் காணாதவராய், கேட்டும் கேளாதவராய் நடத்திடும் அரசியல் கூத்தினர் "ஏதப்பா திராவி டம் எனக் கேட்டு குதி குதித்து முகம் கொப்பளித் துத் துள்ளுகின்றனர்.

பரிதாபந்தான் படவேண்டியிருக்கிறது, விடுதலைக் கிளர்ச்சியின் வழியிலே வீழ்த்திடும் இந்த வீடணர்களை எண்ணி !

"இந்திய யூனியனிலிருந்து பிரிந்தால் வாழ முடியுமா? சிறிய நாடாக ஆகிவிடாதா?"

இப்படி ஒரு மணல் சுவர் அடுத்தபடியாக!

சிறிய நாடாம், வாழமுடியாதாம், செப்புகிறார்கள் சிந்தை தெளியாதவர்கள்!

முப்பது லட்சம் மக்களைக் கொண்ட அயர்லாந்து தனியாக வாழலாமாம். ஐந்து கோடிபேர் திராவிடர் தனியாக வாழக் கூடாதாம்.

இன்னும் தருகிறேன் பட்டியல்.

தனியாக வாழும் நாடு பார்த்திடுவீர்! திராவிடத்தரணிகேட்பது நியாயமில்லையா கூறிடுவீர்!!

அர்ஜன்டைனா, அல்பேனியா, அல்ஸ்டார், ஆஸ்ட்ரியா, இந்தோசீனா, இராக், இரான், இலங்கை, உருகுவே, பர்மா,

செக்கோஸ்லேவேகியா, டாமினிகன் ரிபப்ளிக், நிகரா குவா, பனாமா, லிச்டென்ஸ்டீன்

லட்சக்கணக்கானவர் தனியரசில் வாழலாமாம்; பத்தாயிரம்பேர் தனியாக நாடுபெற்று வாழலாமாம்; ஐந்து கோடி பேர் அனாதைகளாய் ஆகவேண்டுமாம். அதுமட்டுமல்ல ; 999 சதுர மைல் பரப்புள்ளதும் இரண்டு லட்சம் மக்களைக்கொண்டதுமான லக்சம்பர்க் தனியாக வாழுகிறது.

இன்னுமொரு வேடிக்கை காணுகிறோம், நாலு சதுர மைல் பரப்புள்ள மொனாகோ, இருபதாயிரம்பேர் கொண்டநாடு தனியாகத்தான் இருக்கிறது, மத்திய தரைக் கடல் ஓரத்திலே!

வேடிக்கையினும் பெரிய வேடிக்கை; ஆயிரம் மக்களைக்கொண்ட (இத்தாலி) வாடிகன் சிட்டி போப் பின் ஆட்சியிலே தனித்து வாழ்கிறது. நாம் ஐந்து கோடிக்கு மேற்பட்டவர் வாழக்கூடாதாம். வடநாட்டின் கூலியாக இருக்கவேண்டுமாம்.

இரண்டாயிரம் ஆண்டுகள் உலகத்திலே தங்கிட இடமின்றி நாடோடிகளாய்த் திரிந்த யூதர்களுக்கு ஒரு தனி நாடு கிடைத்திருக்கிறது. 1914 முதல் 18 வரை யிலே நடந்த யுத்தத்தின்போது பால்பர் பிரகடனத்தின் பேரில் பாலஸ்தீனத்தில் குடியேற ஆரம்பித்து, பிறகு ஹிட்லரால் விரட்டப்பட்டவர்களும் ஓடிவந்து கடைசியாக 1948-ல் பாலஸ்தீனிலேயே இஸ்ரேல் என்ற தனி நாட்டை பெற்று விட்டனர். நாடோடிகளாய்த் திரிந்தவர்களுக்கு ஒரு நாடு; நாடாண்டவர்களுக்கு நாடோடியினும் கீழான நிலை!

மீன் பிடிப்பதையும், ஆடு வளர்ப்பதையும் தொழிலாகக் கொண்டுள்ள ஐலைந்து தனிக் குடியரசு அமைத்துக்கொள்ள முடிகிறது. ஆனால் நெல் களஞ்சியமான திராவிடம், எகிப்து நாட்டு வீதிகளிலே முத்தின் ஒளி பரப்பிய திராவிடம்,மிளகு உற்பத்தி செய்யும் திராவிடம், தங்கம் தரும் திராவிடம், ரப்பர் வழங்கும் திராவிடம், சந்தனக் காடுகளின் மணம் பரப்பும்

திராவிடம், கடற்கரையில் சங்குகளை வாரியிறைக்கும் திராவிடம், ஐநூறு மைல் நீளமுள்ள காவேரியும், 1750 மைல் நீளமுள்ள கடற்கரையையும் பெற்றுள்ள திராவிடம், பம்பாய்க்கு அடுத்தபடியாக மின்சாரவசதி படைத்த திராவிடம், ஐம்பது கோடி டன் நிலக்கரியை கடலூர் விருத்தாசலம் பகுதியில் பூமிக்குள்ளே வைத்திருக் கிற திராவிடம், முப்பது கோடி டன் இரும்பை சேலம், திருச்சி மாவட்டங்களில் வைத்து பூட்டியிருக்கிற திராவிடம், இருப்பைப் பிரிக்கும் குரோமைட், சுண்ணாம் புக்கல், இவைகளை அங்கேயே பெற்றிருக்கிற திராவிடம், விசாகையிலே, மாங்கனீசம் உண்டெனகூறும் திராவிடம், அப்ரகம் அளிக்கும் சேலம், நீலகிரி, கோவை, மலையாளம் ஆகியவைகளை அணைத்திருக்கும் திராவிடம், சேர்வராயன் மலையிலும், நீலகிரி, பழனிமலையிலும், ஆந்திராவிலும் அலுமினியத்தை அளித்திடும் திராவிடம், அணுகுண்டு தயாரிக்கும் தோரியத்தை மணலோடு கலந்து மகிழ்ந்தளிக்கும் திராவிடம், தனிக் குடியரசு அமைத்துக்கொள்வது தகாதாம்! தீவு வாழலாமாம். திராவிடம் கூடாதாம்!

லிபியாவின் விடுதலைக் கிளர்ச்சியை ஒத்துக் கொள்வார்கள். டூனிஸியா போரை தட்டிக்கொடுப்பார்கள். ஏன்; டாக்காவிலே நடைபெறும் மொழிக் கிளர்ச்சியைக் கூட ஆதரிப்பார்கள்.

ஆனால் நம்மைதான் நாக்கில் நரம்பின்றி ஏளனம் செய்வார்கள்.

புதுவிதப் பிறவிகள்!

பர்மாவிலே கரேனியர் தனியிடம் கோருகின்றனர். இதோ, வடகிழக்கு எல்லைப்புற மலைவாசிகள் நாகர்கள், நாகாஸ்தான் கேட்கிறார்கள். இரண்டு லட்சம் பேர் கொண்ட இவர்கள் நாகாஸ்தானுக்காக அறப்போர் புரிய ஆயத்தமாகி விட்டார்கள்.

நாமோ, நம்மவராலேயே அலட்சியம் செய்யப் படுகிறோம். ஆஞ்சநேயர்களின் ஆவதூறுக்கு ஆளாகிறோம். சுக்ரீவர்களின் சொல்லம்பால் தாக்கப் படுகிறோம்.

சியாங்கே ஷேக் நினைத்ததுபோல, பெரிய கட்சி - முதல் கட்சி -ஒரே கட்சி- ஒரே தலைமை வேறு கட்சி கூடாது - என்ற அகம்பாவ நினைப்பால் திமிர் வெறியால், காங்கிரஸ் ஒன்று தான் கட்சி யென்ற கருத்தற்ற கொள்கை கொண்டவர்கள் காங்கிரசிலே பலர் இருக்கிறார்கள்.

அந்தப் பலரும் நிச்சயமாகத் தோற்றுவிட்டார்கள் தென்னாட்டிலே! ஆம்; தேர்தலிலே!

பொதுத் தேர்தல் கற்பிக்கும் பாடங்களிலே, தென்னாடு, வடநாட்டோடு இணைந்திருக்க விரும்பவில்லை யென்பதும் ஒன்று.

இந்திய யூனியனின் பொதுத் தேர்தலிலே, விந்தியத்திற்கு தெற்கு காங்கிரஸ் முறியடிக்கப்பட்டிருக்கிறது இதற்குப் பொருள் என்ன? டில்லியை தெற்கு விரும்பவில்லை யென்பதுதானே! காங்கிரஸ் ஆட்சிக்கு எதிர்ப்பாக நாடு முழுவதும் தான் பிரச் சாரம் செய்யப்பட்டது. ஆனால் வடநாட்டிலே காங்கிரஸ் தான் வெற்றி பெற்றிருக்கிறது.

காங்கிரசை எதிர்த்தோர் சிலர், வெற்றி பெற் றிருப்பினும் அவர்களில் பெரும்பாலோர் பிற் போக்கு சக்திகளேதான். இந்த முடிவு எதை விளக்குகிறது.

வடக்கே வளமான நாடு. தெற்கு வறுமைக் காடு. இந்தக் காட்டை அமைத்தோர் டில்லி வாசிகள். ஆகவே அவர்கள் தொடர்பு வேண்டாமெனத் தீர்ப்பு கூறிவிட்டது தென்னாடு. பிற்போக்கு முதலாளிக் கும்பலின் பிடியிலே இருக்க திராவிடம் விரும்பவில்லை. இதைத்தான் தேர்தல் தெளிவாக்குகிறது.

அமெரிக்காவின் விசுவாசப் பிள்ளையாக நடந்துகொள்ள ஆசைப்படுகிறது வடநாட்டு வட்டாரம். டில்லி ஆதிக்கம். அமெரிக்காவிலேயிருந்து இந்திய யூனியனில் பவனி வருகிறவர்கள் உதிர்க்கின்ற உபதேசங்களை கவனித்தால் இந்த உண்மை தெளிவாகிறது. அமெரிக்கா அம்பாசிட்டர் பௌல்ஸ் பேசுகிறார் அந்நியநாட்டு மூலதனம் இந்திய யூனியன் வளத்திற்கு மிக மிக அத்யாவசியமென்று ! வந்து போன பிளாக்துரை தன்னை சந்தித்த நிரூபர்களிடத்திலே கொட்டியிருக்கிற வார்த்தைகளே விசித்திரமானவை; ஆபத்தானவை கூட!

அயல் நாட்டின் பணம் இங்கே வந்து சுழல்வது கம்யூனிஸ்ட் அபாயத்தை அதிகப்படுத்தாதா என்ற கருத்தமைந்த கேள்விக்கு அவர் பதில் சொல்லுகிறார், "கம்யூனிஸ்ட் அபாயத்தை ஒழிக்கத்தானே அந்தப் பணம் இங்கு வரவேண்டு மென்கிறேன்" என்ற விதத்திலே!

திருமதி ரூஸ்வெல்ட் இங்கு பேசிய இடமெல்லாம் கம்யூனிசத்தை எப்படி ஒழிப்பது என்பதைத்தான் கவலையோடு சுட்டிக் காட்டியிருக்கிறார்.

இந்த வகையிலே-உருவம் வேறாக இருந்தாலும் அமெரிக்கப் படையெடுப்புகள் டில்லியின் துணை கொண்டு நாட்டிலே நடைபெறுகின்றன.

தொழில்வளம் பெருக்கும் பயிற்சிகள் பலவற்றை கற்றுத்தர ரஷ்யா முன்வருகிறது. அண்மையில் பம்பாயில் நடைபெற்ற தொழிற் கண்காட்சியில் ரஷ்யாவின் சாதனைகள் எல்லோராலும் பாராட்டப் பட்டிருக்கின்றன. ஆனால் இவைகளை பயன்படுத்திக் கொள்ள தயாராயில்லை இந்த பாரதமணித்திருநாடு! ஆம் மூளியாகப்போன பாரதமாதா! டில்லியின் இந்தச் செயல்களெல்லாம், ஏதோ ஒரு பயங்கர எதிர் காலத்திற்கு அறிகுறியாக தென்படவில்லையா?

ஆனால் இந்தத் தெளிவை, தெரிந்தும் தெரியாதவராய் காட்டிக்கொள்ளும் கலை பயின்றோர் சிலர் இருக்கத்தான் செய்கிறார்கள் நம்மிடத்தில்!

தென்னாட்டில் காங்கிரஸ் தோற்றது ஏன் தெரியுமா?

நாம்!

"டில்லியின் தலைமை பிடிக்கவில்லை. " இது திராவிட இயக்கம் சினிமா, நாடகம், மேடை, பள்ளிக்கூடம், புத்தகம், இவைகளின் மூலமாக செய்துவந்த தேசத்துரோகப் பிரச்சாரந்தான் காங்கிரஸ் தோல்விக்குக் காரணம் ''

இது அவர்கள், பாவம்; தோல்வியால் துவண்டவர்கள்.

திராவிட இயக்கம் வாழமுடியாது; கோட்டைக்குள்ளே குத்து-வெட்டும் கிளம்பிவிட்டது. இரண்டாகிவிட்டது, இரண்டும் மோதிக்கொண்டு அழிந்து விடும் என்று எந்தப் பேனா இங்கியைச் சிந்தியதோ- அதே பேனா கண்ணீரைச் சிந்திக் கூறுகிறது ; திராவிடர் இயக்க எதிர்ப்புப் பிரச்சாரந்தான் தேசத் துரோகப் பிரச்சாரந்தான் காங்கிரஸ் தோல்விக்குக் காரணம் என்று!

திராவிடம் வேண்டுமென்பது தேசத் துரோகப் பிரசாரமாம். போகட்டும், பிரச்சாரத்தால் காங்கிரஸ் தோல்வியுற்றது என்பவர்கள் உண்மையிலேயே பேசுகிறார்களா அப்படி!

காலையிலே வானொலியைத் திருப்பினால் வந்தே மாதரம். பிற்பகலிலே ஜேஹிந்த். மாலையிலே 'பாரத மணிக்கொடி' பாட்டு.

பொழுதுபோக்க திரைப்படத்திற்கு சென்றால் தேசத்தின் தீனதயாபரர்களைப் பற்றிய செய்தி படங்கள்.தென்னாட்டு வீரன் இராவணனை வடநாட்டு ராமநவமியில் கொளுத்துவதும், அந்தக் கொண்டாட்டத்தை நேரு கண்டு

குதூகலிப்பதும், ஹோலி பண்டிகையிலே பலவித சாயங்களை முகத்திலே ஊற்றிக் கொன்டு நேருஜீ நர்த்தன மாடுவதும், முன்ஷி செடி நடுவதும், பிரசாத் தண்ணீர் ஊற்றுவதும், ஆசாத் வீட்டு ஆடு அதை மேய்ந்து விடுவதுமான எத்தனை எத்தனையோ காட்சிகள் செய்திச் சுருள்களிலே !

வனப்புமிகு வர்ணங்களிலே பத்திரிகைகள், தேர்தல் நேரத்திலே தெருவெல்லாம் திகைக்க வைக்கும் சுவரொட்டிகள்.

இன்னோரன்ன பிரச்சார பலங்கொண்ட் பெரிய கட்சி, தென்னாட்டைப் பொறுத்தவரையிலே கோமின்டாங் கட்சியாக மாறிவிட்டது.

காரணம் எதிர்ப்பு இயக்கப் பிரச்சாரம் என்று கூறப்படுகிறது. விடுதலைக் கிளர்ச்சியின் எதிரொலி என்று சொல்லட்டும்; ஒத்துக்கொள்வோம். எதிர்ம்பு இயக்கம் நடத்த வேண்டுவென்ற கீழ்த்தர ஆசையுள்ளவர்களல்ல நாம். அந்தப் பெயரால் கண்ணகி பந்தல்களிலே திரௌபதி நடனமாடியவர்கள் அவர்கள் தான்.

நன்மை அழிப்பதற்காகவே கண்ணீர்த்துளிகளை ஒழித்துக்கட்ட வேண்டுமென்றே - நம்மோடு உறவாடக் கூடாது என்றே தீர்மானம் நிறைவேற்றினார்கள்.

எதிர்ப்பு மாநாடு என்ற பெயரால் விடுதலைக் கிளர்ச்சியை எதிர்த்திடும் விபீஷணர்கள் கிளம்பினார்கள்.

இராவணனுடைய பார்வையிலே இராமன் கூட கொஞ்சம் நல்லவன். விபீஷணன் துரோகி. அந்த துரோகியின் வரிசையிலே உள்ள துரோகிகள் நம்மை துரோகிகள் என்றார்கள். இப்போதும் சொல்லுகிறார்கள்.

தேசத் துரோகியாம் நாம். நாட்டுத் துரோகியாம் நாம். திராவிடம் என்ற நமது நாட்டை நாம் கேட்பது துரோகமாம். துரோகிகளின் கூச்சலாம்.

உயர்ந்ததாக எண்ணிக் கொண்டு ஜாதியின் பெயரால், மதத்தின் பெயரால், ஆண்டவன் பெயரால் உன்மத்தம் பிடித்தலைந்த சுயநல வெறியை உடைத்து நொறுக்கி, திராவிட சமுதாயம் உய்ய வழி வகுத்திட்ட நாம் அந்தக்காலந் தொட்டு இந்தக் காலம் வரையிலே துரோகிகள் என்றே அழைக்கப் படுகிறோம்.

நான் ஊகிக்கிறேன் நண்பர்களே, தமிழ் அகராதியிலேயே ஒரு மாற்றம் ஏற்படுமென்று ! துரோகி என்றால் தூய்மையாவன் என்று பொருள் சொல்லப் போகிறது, வருங்கால அகராதி.

வெண் புறாவைப் பார்த்து வல்லூறு வல்லூறு என்று வர்ணித்துக் கொண்டிருந்தால் சில பல ஆண்டுகளுக்குப் பிறகு, வல்லூறு என்றால் வெண்புறா என்றுதான் ஆகிவிடும்.

தென்றலை - புயல் புயல் என்று அழைத்துக் கொண்டே யிருந்தால் புயலுக்கு தென்றல் என்றே அர்த்தம் கூற ஆரம்பித்துவிடும், வருங்கால அகராதி!

ஏசல்களை- ஏளனங்களை- கிண்டல்களை - கேலி களை- கண்டனங்களை தாங்கிக்கொண்டு விடுதலைக் கிளர்ச்சியிலே ஈடுபட்டிருக்கிறவர்கள் நாம்!

துரோகி யென்றால் அதை நம் வீர விருதாகக் கொண்டு-பாபி என்றால் பத்க்கமாக நினைத்து பணிபுரிந்து வருகிறோம்; கிளர்ச்சி நடத்தி வருகிறோம்.

கிளர்ச்சியாளர்களின் குரலை அலட்சியப்படுத்து வதோடு நில்லாமல் மனதைக் கிள்ளிவிடும் போக்கிலே எரிமலையென நெருப்புமிழ்கின்றனர் ஆளுங் கட்சியினர்.

செத்துவிட்டார்கள் இங்கே செங்கோல் பிடித்த கோமிண்டாங் கட்சியினர். ஆனாலும் சிரிப்பு போகவில்லை அவர்கட்கு. வட நாட்டார் தென்னாட்டாரை அவ்வளவு சுலபத்திலே விட்டுவிடுவார்களா என்ன?

கூண்டுக் கிளியின் விடுதலையை எதிர்பார்த்து ஏங்கியிருந்த பூனையல்லவா வடநாடு. ஆகவே தன் கைவரிசையைக் காட்ட ஆரம்பித்திருக்கிறது. டில்லியின் பிடி தளர்ந்து விடாதிருக்க வழி செய்ய வேண்டுமே. அதற்காக கவர்னர் மூலமாக கடிவாளம் பூட்டுகிறது.

காங்கிரஸ்காரர் ஒருவரை காங்கிரஸ் கவிழ்ந்துவிட்ட மாகாணத்திற்கு கவர்னராக நியமனம் செய்து அனுப்புகிறது. அவர் வரும்போதே சொல்கிறார் "நான் ராபர்ட் கிளையின் வாரிசாக சென்னைக்குச் செல்கிறேன்'' என்று.

எவ்வளவு பொருள் பொருந்திய பொல்லாத வாசகம் அது !

கிளைவ் யார்?

ஆங்கில நாட்டிலே சகதியிலே, சாக்கடை யோரத்திலே உருண்டவன். உதவாக்கரையெனப் பெயர் எடுத்தவன். குமாஸ்தாவாக வந்து பிரிட்டிஷ் கொடியை உயர்த்தியவன். ஆங்கில ஏகாதிபத்தியத்தின் முக்கிய தூதுவன்.

அவனுடைய வாரிசாக வருகிறாராம் இந்த வட நாட்டார்.

கிளைவ் வந்தான். ஆங்கில ஏகாதிபத்யம் கிளைவ் உருவிலே வந்தது. ஆனால் அது மௌண்ட் பேட்டன் உருவிலே வெளியேறியது.

நான், கிளைவின் வாரிசுக்கு நினைவூட்டுகிறேன்- வடநாட்டு கவர்னரே! உமது உருவிலே இப்போது வரும் டில்லி ஏகாதிபத்யம் வேறொருவர் உருவிலே திரும்பிப்போகு

மென்பது என்ன நிச்சயம். உமது உருவிலேயே கூட அது திரும்பிவிட நேரிடலாம்.

சோம்பும் சீப்பும் விற்க வந்தவன் அவன்!

நீ, மிட்டாய் விற்க வந்தவன், வட்டிக் கடை வைக்க வந்தவன் ; வித்யாசம் அவ்வளவு தான்.

ஜனநாயகம் பெயர் ; ஆனால் கவர்னர் நியமனம்!

பேதமற்ற சர்க்கார்; ஆனால் பிடித்தனுப்புவது காங்கிரஸ்காரரை!

சமமான கண்ணோட்டம்! ஆனால் வருவது வட நாட்டார்!

இதற்குப் பெயர்தான் காந்தீயம் காங்கிரஸ் ஆட்சி. ஆமாம்; கோமின்டாங் கட்சி.

இத்தகைய நேர்மையற்ற போக்கிலிருந்து திராவிடம் விடுதலை பெறவேண்டாமா? விடுதலைக்கிளர்ச்சி இன்னும் பலமாக நடைபெற வேண்டாமா?

விடுதலைக் கிளர்ச்சி சுலபமானதல்லவே. சொன்னதும் வெற்றி என்ற அளவில் சுருக்கமாக முடிந்து விடக் கூடியதல்லவே.

விளைவு சுவைதருமே தவிர அதற்கான முயற்சிகள் சொல்லொணா வேதனை மிக்கவை.

சைனாவின் விடுதலைப் போரிலே மக்கள் சேனையும், சியாங்சேனையும் போரிட்ட நேரத்திலே பலமாத காலம், ஆயிரக்காணக்கான மைல்கள் மக்கள் சேனை கால்நடையாக நடந்திட வேண்டிய நெருக்கடி ஏற் பட்டதாம்.

அந்த நீண்ட பயணத்திலே ஆடவர், பெண்டிர், முதியவர், இளைஞர் அனைவரும் இருந்தனராம். கருவுற்றிருந்த

பெண்மணிகள் வழியிலேயே குழந்தைகளைப் பெற்றெடுத்தார்களாம்.

பெற்ற குழந்தைகளை பிரியமோடு வளர்க்க நேரமில்லை அவர்களுக்கு. நெருக்கடி. நாட்டைப்பற்றிய கவலை. அந்தத் தியாகவல்லிகள் தங்கள் குழவிகளை, கண்ணிதழ் விரியா அந்த அரும்புகளை அடையாளம் தெரியாத விவசாயிகளிடம் விட்டுப் போயினராம்.

அப்படி விடப்பட்ட சிசுக்கள் பனிரெண்டாம். அந்த பனிரெண்டு குழந்தைகளிலே ஒன்று, அப்போது விடுதலைச் சேனையிலே ஒரு வீரனாயும், இப்போது சீனவின் தலைவனாயுமிருக்கிற மாசேதுங் கினுடைய குழந்தையாம்.

மனங்கலங்காத மாசேதுங்கள் தேவை விடுதலைக் கிளர்ச்சிக்கு!

இரண்டாயிரம் பேர்தான் உணர்ச்சி பெற்றெழுந்தனர் சைனாவிலே, முதலில்! இரண்டாயிரம் இரண்டொரு ஆண்டுகளில் இலட்சக் கணக்கில் உருவெடுத்தது.

திராவிடத்து விடுதலைக் கிளர்ச்சியும் நூற்றுக் கணக்கானவர்களை முதலாக வைத்துத்தான் துவக்கப்பட்டது, முதலில்!

வேறுபல நாடுகளைப்போல அல்ல ; இந்த நாட்டு விடுதலைக் கிளர்ச்சி ! அரசியல் பொருளாதார விடுதலையோடு நின்றுவிடக் கூடியதாய் அமையவில்லை. சமுதாயம், மூட நம்பிக்கை என்னும் முரட்டுப் பாசீச வாதியின் பிடியிலிருந்து விடுதலை பெற துடியாய்த் துடிக்கிறது.

உலகிற்கு நாகரீக விழுதுகளை படரவிட்ட ஆலமரம், திராவிடம்தான் என்று புகழப்பட்டாலுங் கூட; நாம் கவினுடை தரித்திருந்த நேரத்தில் காடுகளில் தழைகளோடு

அலைந்தவர்கள், காட்டுமிராண்டியாய்த் திரிந்தவர்கள் இன்று நம்மைப் பார்த்து. கையாண்டி செய்கிறார்கள்.

ஒரு சமுதாயம் விடுதலை பெற்ற நாட்டிலே வாழ வேண்டுமானால் அந்த சமுதாயம் விடுதலைக்குத் தன்னை தயார்படுத்திக் கொண்டதுதானா என்பதை யும் சிந்திக்க வேண்டும். இல்லாவிட்டால் 'விடுதலை' குரங்கு கையில் அகப்பட்ட மாலையாகிவிடும்.

கிளிதேவனையும், அப்போலாவையும், அர்குலி சையும் ஆபாசக் கடவுள்களையும் ஆயிரக்கணக்கிலே கொண்டிருந்தவர்கள் அந்த ஆண்டவர்களிடமிருந்து விடுதலை பெற்றுவிட்டார்கள். பல பல ஜாதிகளாய் பிரிந்து கிடந்தவர்கள் ஜாதி வெறியிலிருந்து விடுதலை பெற்றுவிட்டார்கள்.

இப்படி அடிப்படையிலே விடுதலை முழக்கம் செய்து வெற்றி கண்டவர்கள்தான் பெற்ற விடுதலையை பாதுகாக்க முடியும்.

இந்த அடைப்படை விடுதலைக் கிளர்ச்சியைத் தான் திராவிட இயக்கம் ஆரம்பித்து வைத்தது.

கடவுள், மதம், சாத்திரம், சம்பிரதாயம், ஜாதி வெறி, புராணம், இதிகாசம், இத்தகைய போதைகளிலிருந்து விடுபெற வேண்டுமென்ற கிளர்ச்சியையும் இணைத்துக் கொண்டிருப்பதுதான் நம்முடைய விடுதலைப் போர்.

புதூமை தாகம் உதயமாக வேண்டும் என்ற ஆர்வம் கொழுந்து விடுகிறது நாடெங்கும் இப்போது!

புதுமையிலே மோகம் ஏற்பட்டிருக்கிறது என் றால், புதுமை புன்சிரிப்புக்காரி - பூரிப்பு தவழும் முகத்தினள், மயக்கு மொழிக்காரி, மாயாஜாலக்காரி, வர்ண வினோதனி, என்கின்ற காரணங்களால் அல்ல!

பழமை- கூனி, கிழவி, நடை தளர்ந்தவள் என்ற காரணத்தால்தான்!

பழமையை மனைவியாகக்கொண்டு இதுவரையில் குடும்பம் நடத்தியவர்கள், புதுமையை மகளாக வாவது, மருமகளாகவாவது ஏற்றுக்கொள்ளட்டும் என்றுதான் நாம் கூறி வருகிறோம்.

புதுமையை விரும்பும் நாமும், புதுமையிடம் நாட்டம் கொள்வது, கண்ணகியை வெறுத்து மாதவியிடம் கோவலன் கொண்ட நாட்டத்தைப் போன்றது அல்ல!

பழமை, தாய் போல இருந்து அனுபவ மொழி கள் சில சொல்லட்டும், நாமும் தாயிடம் செலுத்தும் அன்பை அதனிடம் செலுத்துவோம்.

இத்தகைய பரந்த எண்ணம்-நல்ல பண்பு- புதுமை வெறுப்பாளர்களிடமும் தோன்றவேண்டு மென்பதுதான் நமது ஆசை.

சேக்கிழரை, கம்பனை சினந்திடுகிற நாம்- சிலப்பதிகாரத்தை சிறப்பித்திடத் தவறுவதில்லை. புறத்தை, அகத்தை புகழ்ந்திட மறந்ததில்லை.

பழமையிடத்திலே பாசம் செலுத்தித்தான் தீர வேண்டுமென்பதற்காக அல்ல ; அந்த பழைய நூல்கள் தாயின் உள்ளத்தை பெற்றிருக்கிற காரணத் தால் பாராட்டுகிறோம்.

இந்தத் தெளிவான உண்மையை புரிந்து கொள்ள இயலாதவர்கள் -வேறு நாடுகளிலே இந்தப் புதுமை கிளர்ச்சி, வெகு சுலபமாக வெற்றி பெற்று வருவதையும் மறந்து ஏதோ ஒரு ஆபத்து வந்துவிட்டதாகக் கருதி அலறித் துடிக்கிறார்கள்.

படித்தவர்,பட்டம் பெற்றோர், உலகம் சுற்றியவர் அறிஞரெனப் புகழ் பெற்றவர். இவர்களிலே

பெரும்பாலனவர் ராகு, குளிகை காலங்களுக்கு கட்டுப்பட்டவர்கள்!

பஜனை மடம் சுற்றிகள்!

பகவானின் பல்லக்கு தூக்கிகள்!

இவர்களை யெல்லாம் அறியாமையிலிருந்து விடுதலை பெறச் செய்து, நம்முடைய விடுதலைக் கிளர்ச்சியிலே இணைக்க வேண்டிய பணியையும் மேற்கொண் டிருக்கிறோம்.

பசி கொண்ட பல்லியின் சப்தத்திலிருந்து, பக்தர்களின் ஆவேசக் கூச்சல் வரையிலே பார்த்து நடு நடுங்கிடும் பாமரர் ஏராளம் இங்கே !

அவர்களையெல்லாம் மௌடீகத் தனத்திலிருந்து விடுதலை பெறச் செய்ய போராடி வருகிறோம் நாம்.

விஷமப் பிரசாரம் என்ற எதிரிகளின் அனு குண்டு வீச்சுக்களை யெல்லாம் துச்சமாகக் கருதி, தொடர்ந்து நடத்துகிறோம் இந்தப் பகுத்தறிவுப் பணியையும்.

விவசாயத்திலே ஈடுபட்டவன் வயலுக்கு வேலி போடுவதைமட்டும் முக்கியமாகக் கருதி, கழனியிலே முளைக்கும் களையை எடுக்காமல் விட்டு விட்டால் வேலி பலமாக அமையும் விளைவு சுகமாக இருக் காது! ஆடுமாடு நுழையாது ஆனால் அறுவடை ஆனந்தமா யிருக்காது!

இதை எண்ணித்தான் சமுதாயப் பயிர் செழிப் பாக வளர, அறியாமைக் களை களை அகற்றி, அதே நேரத்தில் தனியரசு வேலிபோடும் வேலையிலும் தீவிரமாக ஈடுபட்டிருக்கிறோம்.

இத்தகைய விடுதலைக் கிளர்ச்சி வெற்றி காண வீட்டுக்கொரு வீரர் புறப்படவேண்டும். வரிசை வரிசையாக புறப்படவேண்டும்.

"தந்தை மாண்டார் - கணவன் இறந்தான் - தமையன் செத்தான் இதோ நான் பெற்ற தளிர்! இவனையனுப்புகிறேன், போர் முனைக்கு," என்ற வீரத்தாயின் குரல் திராவிடத்தின் வீடுகளிலே எதிரொலிக்க வேண்டும்.

புதிய புறநானூறு ஒளி செய்ய வேண்டும். விடுதலைக் கிளர்ச்சி, வீணர்களின் கிளர்ச்சியால் வீழ்ந்து விடாது; வீழ்ந்துவிடக் கூடாது!

பல முனைகளிலே கிளர்ச்சி செய்யும் நாம்-பலமான கிளர்ச்சி செய்யும் நாம் பலாத்காரமற்ற கிளர்ச்சி செய்யும் நாம் நிச்சயம் வெற்றி பெறுவோம். வெற்றி பெற்றுத் தீரவேண்டும்.

அந்த நம்பிக்கையை நமக்கு வழங்குவது திராவிட முன்னேற்ற கழகம்.

அந்த அன்புக் கட்டளையை நமக்கு பிறப்பிப் பவர் அறிஞர் அண்ணா!

அங்கும், இங்கும்

இரத்த ஆறுகள் பலவற்றைத் தாண்டித்தான் விடுதலை பூமியை அடைந்திருக்கின்றன பல நாடுகள். அந்த ஆறுகளிலே கொடுமையாளர்களின் குருதியோடு, இருதயத் துடிப்பை தியாகத் துடிப்பாக மாற்றி அமைத்தவர்களின் உதிரமும் வேற்றுமை யின் றிக் காலந்தோடியது.

பிரான்சிலே ஏழைகளிள்மீது, சவாரி செய்த பிரபுக்களின் தலைகளோடு கொடுமையை இன்ன தென்று அறியாது, இந்த உலகத்தை விசித்திரக் கருவிழிகளோடு பார்த்த எண்ணற்ற குழந்தைகளின் தலைகளும் கில்லெட்டினுக்கு பலியாகின.

பிரபுக்கள், மன்னர்கள் குடும்பங் குடும்பமாக சிறையிலே அடைக்கப்படுவார்கள் புரட்சிக்குப்பின்.

அந்தக் குடும்பங்களிலே கணவனின் போக்கைக் கண்டித்த மனைவிகளும் இருந்திடுவர். தந்தை செய்த தகாத செயல்களை இன்னதென்றே அறியாத குழந்தைகளும் இருப்பர். எங்கே வந்திருக்கிறோம் என்பதைப் புரிந்து கொள்ளாமல் விளையாடிக் கொண்டிருக்கிற கொழுந்துகளைப் பார்த்து தாய்கள் கண்ணீர் விடுவர். அப்போது புரட்சிச் சேனையின் வீரர்கள் சிறையைத் திறந்திடுவர். பிரபுவோ மன்னனே அழைத்துச் செல்லப்படுவான். பிறகு அவன் திரும்பி வரமாட்டான். அவன் உயிர் போக்கப்படும்போது மக்கள் செய்யும் ஆரவாரக் கூச்சலைத்தான் சிறைச்சாலை எதிரொலிக்கும். மனைவி தனியே விடப்படுவாள். பிறகு குழந்தைகள் தனியே விடப்படும். பின்னர் சிறைச் சாலையே காலியாகிவிடும். இப்படி பழி தீர்த்துக் கொண்டனர், வேதனைகளை அனுபவித்துக் கிடந்த வர்கள்.

குழந்தைக்கும், பெண்களுக்கும் விதிவிலக்கு அளிக்கவில்லை; அவர்கள் உடலில் ஓடுவது பிரபுத் துவ ரத்தம் என்று விளக்கம் தரப்பட்டு அவர்களின் தலைகள் துண்டாடப்பட்டன.

இப்படி சரித்திரத்தின் இரத்தக்கரை படிந்த ஏடுகளைப் புரட்டிவிட்டு, 'இரத்த ஞாயிறு' களை மனக் கண்களினால் சந்தித்துவிட்டு யோசித்தால் நம்முடைய நாட்டு விடுதலையையும் இரத்த விருந்து வைத்துத்தான் அடையவேண்டுமோ என்ற கேள்வி எழலாம்.

ஒவ்வொரு நாடும், தன்னுடைய விடுதலைக்கு துப்பாக்கியையும் பீரங்கியையும் நம்பியிருந்தன. பாஸ்டில் சிறையை உடைத்து விட்டால், பிரபுக்களின் வம்சத்தை பூண்டறுத்து விட்டால், காரியம் முடிந்து விடுமென்று நம்பிக் கொண்டிருந்தார்கள் மக்கள் தலைவர்கள். இப்போது நாகரீக உலகம்,

ஆயுதங்களின் பலத்தை உணர்ந்தபோதும் அதன் அவசியத்தையும் தேவையையும் ஒத்திப் போடும் அளவுக்கு வளர்ந்து வந்திருக்கிறது.

பின்பற்றுவோறின் எண்ணிக்கை அதிகம் இருக்கத் தேவையில்லை ; பின்பற்றும் கொள்கை யின் பலமும், சிலர் பின்பற்றினாலும் அந்தச் சிலரின் உடும்புப் பிடிப்பும்தான் இப்போதைய விடு தலைத் தலைவர்களின் வெற்றிக்கு மருந்து.

இரத்தப் புரட்சியையும் ஆயுத பலத்தையும் பக்குவமறியாத மக்களின் முதிர்ச்சி பெறாத முடிவு என்று தீர்மானித்திருக்கும் இந்தக் காலத்திலும், சீனத்தின் விடுதலைக்கு துப்பாக்கியும் பீரங்கியும் தேவைப்பட்டிருக்கிறது. இந்தோ சீனாவிலே இப் போது போர்க்களம் உண்டு பண்ணப்பட்டிருக்கிறது. இவைகள் சூழ்நிலைகளின் பிரதிபலிப்பு என்றும்,

தவிர்க்கமுடியாத தாகிவிட்ட நிலைமை யென்றும் சமாதானம் கூறப்பட்டாலும் இம்முறைதான் சரி யானது என்று ஒப்புக்கொள்ள முடியாது. ஆதிக்க சக்திகளின் பக்கம் அமெரிக்கா நிற்கிறது மக்கள் சக்திகளின் பக்கம் ரஷ்யா நிற்கிறது-ஆகவேதான் அழுத்தப்படும் சக்தியும் அமுத்தும் சக்தியும் ஆயுத மேந்திப் போரிடுகின்றன என்று விளக்கங்கள் வராமலில்லை. காரணங்கள் எத்தனை கூறப்பட்டா லும் வளர்ந்துவரும் நாகரீக உலகம் அத்தகைய முறைகளை ஆமோதித்திடத் தயாராயில்லை. நாச முறைகள் என்றுதான் கூறிடும்.

ஆனால், ரத்த நதிகளை அனுமதிக்காவிட்டாலும், ஆந்த நதிகளின் இரு கறைகளிலும் நிற்பவர்களில் கொடியவர் யார்; கொடுமைப்படுத்தப்படுகிறவர் யார்; சூதர் யார்; சுதந்திரம் வேண்டுபவர் யார்; என்பதை சிந்தித்துப் பார்க்கும் போது புது யுகத்தின் ஆதரவு கொடியவர் பக்கம் நிற்பதில்லை.

ஆகவேதான் விடுதலை வீரர்களின் குறிக் கோளைப் பாராட்டி அந்தக் குறிக்கோளின் கோட் டினிலே குதித்திடத் துடிக்கும் ஏராளமானவர்களை இங்கே திராவிடத்தில் காணமுடிகிறது.

வீரத்தால் - ஆர்வத்தால் -இவர்கள் வேற்று நாட்டு விடுதலை சேனைகளுக்கு வேறுபட்டவர்களல்ல.

போர் முறையால் மாறுபட்டவர்கள்.

அவர்கள் ஆயுதந்தாங்கிகள் - இவர்கள் அமைதி ஏந்திகள்.

அங்கே விடுதலை உணர்ச்சி, மேடைகள் மூலம், ஏடுகள் மூலம், கலைத்துறைகள் மூலம், மக்களுக்கு ஊட்டப்பட்டது.

இங்கேயும் அப்படித்தான்.

ஆனால் அங்கெல்லாம் விடுதலைக் கிளர்ச்சி நடந்த விதம் வேறு.

இங்கு நடந்திடும் விதமும், வளர்ந்திடும் விதமும் வேறு.

அங்கு மக்களிடத்திலே மூண்டெழுந்த விடுதலை உணர்ச்சி தண்ணீரை விட்டு வெளியே எடுத்த ‘பாஸ்பரஸ் ’ போன்றது.

சிலரை விடுதலைக் கிளர்ச்சிக்கு தூண்டவேண்டுமானால் அது கற்பூரத்தைக் கொளுத்துவது போன்று சுலபமானதாயுமிருந்தது.

ஆனால் இங்கே விடுதலையுணர்வை மூட்டிவிடுவது நனைந்துபோன விறகை எரிப்பது போல் அவ்வளவு கஷ்டமானது.

வேதனை - விசாரம்-விம்மல்-விழியிலே நீர் - இவ்வளவுமிருக்கும். ஆனால் இதற்கெல்லாம் காரணம் விடுதலையில்லாமையே என்பதை உணர மாட் டார்கள்- விதியின் தன்மை என்று உரைத்துவிடுவார்கள். இவர்களிடம் விடுதலை வீரர்களுக்கு இரட் டிப்பு வேலை ஏற்படுகிறது. விடுதலைக் கனலை கிளப் புவது ஒன்று! விதி-மாயை-என்ற வேதாந்தத்தை போக்குவது ஒன்று!

அந்த வேதாந்தமென்ன சாதாரணமாகவா அவர்கள் உள்ளத்தில் குடியேறியிருக்கிறது. ஆண்டவன் பெயரால், அவன் அவதார மகிமைகளின் பெயரால் அல்லவா அது மக்கள் மன்றத்திலே கொலுவீற்றிருக்கிறது.

விடுதலைத்தீயைப் பரப்பிட மேடை ஏறினால் அங்கேயும் இரட்டிப்பு வேலைதான்.

"காயமே இது பொய்யடா, காற்றடைத்த பையடா என்று தான் மேடைகள் முழங்கியிருக்கின்றன.

வாழ்வைப்பற்றி கவலைப்பட வேண்டாமென்ற போதனைக்குள்ளானவர்களை வாழ்வின் உண்மை உருவத்தைக் காணச் செய்து, அதன்பிறகு அந்த வாழ்வுக்கு வேண்டிய உரிமைப் போராட்டத்திலே இழுத்துவர

வேண்டியிருக்கிறது. இந்த முயற்சியிலே முக்கால் வெற்றியாவது பெற்றிருக்கிறார்கள் விடுதலை வீரர்கள் என்று நிச்சயமாகச் சொல்ல முடியும்.

ஏடுகள் மூலம் எழுச்சி யேற்படுத்துவது விடு தலைப் படையின் முக்கியமான வேலை. அந்த வேலைக்கு இங்கே எத்தனை தடைகள். இங்கிருப் போர் படித்ததெல்லாம் நெப்போலியனும், சேரன் செங்குட்டுவனும் அல்லவே.

நெற்றிக்கண் காட்டும் பரமசிவனும், மாயா ஜாலக் கண்ணபிரானும் தானே !

விடுதலைக் காளையரின் ஏடுகள், அந்தப் பழைய குப்பைகளுக்கெல்லாம் தீ முட்டும் திருப்பணியையும் செய்துகொண்டே திராவிடர் நெஞ்சிலே நுழைய வேண்டியிருக்கிறது.

ராமாயணமும் பாரதமும் சதிராடிய கரங்களிலே இலட்சிய வரலாறும், ஆரிய மாயையும் மின்னிடுகின்றன.

இதுவும் விடுதலைக் கிளர்ச்சியினருக்கு பூரிப்பான சேதிதான்.

கலைத்துறை மூலம் கிளர்ச்சி, விடுதலைக் கிளர்ச்சி மட்டுமல்ல; கலைத்துறையிலேயே புரட்சி நடத்தி விட்டுத்தான் விடுதலைப் போருக்கு கலைத்துறையை பயன் படுத்திக் கொள்ள வேண்டியிருக்கிறது, இங்கே.

சுதந்திர ஆர்வத்தை, இன உணர்ச்சியை, மொழிப்பற்றை, தீய்த்திடும் வகையிலேதான் திரா விடத்திலே கலைகள்-வளர்க்கப்பட்டிருக்கின்றன, முன்னேற்பாட்டுடன் முற்றுகையிட்டவர்களால். அந்த முற்றுகை தகர்க்கப்பட்ட பிறகுதான் கலைகளையும் கேடயங்களாக ஆக்க முடிகிறது விடுதலைப் பட்டாளத்திற்கு.

அந்த முதல் போராட்டத்திலே நல்லதொரு வெற்றியை திராவிட விடுதலை வீரர்கள் பெற்றிருக் கிறார்கள் கலைத் துறையில்.

சைன நாட்டு விடுதலைப் போரிலே கலைகள் மூலம் - நாடக மூலம்-வீரர்கட்கு உணர்ச்சியூட்டப் பட்டது என்கிறார் எழுத்தாளர் டிங்லிங்.

இங்கு கலைகளுக்கே புது உணர்ச்சி ஊட்ட வேண்டிய பொறுப்பை ஏற்கவேண்டி யிருந்தது.

வீரம்-மனிதனுடைய பண்பல்ல மகேஸ்வரனின் அருளால் கிடைப்பது என்று எண்ணிடுகிற அளவுக்குத்தான் அன்று கலை வளர்க்கப்பட்டது.

மூவுலகத்தையும் ஆள எண்ணுபவன் முள் முனையிலே நின்று தவம் செய்வான். பரமசிவன் தோன்றுவார். வீர வரம் தருவார். தவசி திக் விஜயம் ஆரம்பிப்பான்.

அரன், அயன், அரி இவர்கள் அருள் பெறாமலே அணுகுண்டு உதவியால் உலகத்தை கட்டி யாள நினைக்கும் வல்லரசுகள் உலவிடும் இந்த நேரத் திலும், வரம் பெற்றால்தான் படைபலம் பெறமுடியும் என்ற புராணக் கருத்துக்களை நாடகக் கலை மூலம் விளக்கிடவும், அதை நம்பும் போக்கினர் வியந்திடவுமான நிலை இங்கிருந்திடக் காண்கிறோம்.

கயிற்றால் கட்டி இறக்கப்படும் நாடகமேடை பரமசிவனையும், கம்பியால் பிணைத்து காட்சியாகும் கருடவாகனரூடரையும், கண்டவுடனே நாடக மேடை யென்பதை மறந்து கன்னத்தில் போட்டுக் கொண்ட பக்தர்கள் எத்தனை பேர் அன்று! அவர்களின் எண்ணிக்கையைக் குறைப்பதிலே விடுதலை இயக்கம் எடுத்துக் கொண்ட முயற்சிகள் சாதாரண மானவையா?

பலமும், வீரமும் பகவான் தருவதல்ல மனிதப் பண்புதான் என்பதை உணர்த்தி, முதலில் தன்னம்பிக்கையை வளர்த்து,

அதன் பிறகு விடுதலைப் போருக்கு அழைத்திடும் இரட்டிப்பு வேலை இங்கும் தேவைப்பட்டது.

ஆனால் அயராமல் அஞ்சாமல் ஆற்றிய பணியின் காரணமாய் வெற்றி விளக்குகள் தென்படுகின்றன விடுத்லை வீரர் பாதையில்.

சேக்கிழாரைக் கண்டவர்களிடம் சேரன் செங்குட்டுவனை நிறுத்தி, சத்தியவான் சாவித்திரிகளைக் கண்டவர்களிடம் சந்திரமோகன் சிவாஜிகளை

நிறுத்தி புராண போதையை தெளிவித்து புதுமையை நடனமாடவிட்ட பெருமைக்குரியவர்களும், அந்தப் புதுமையை போராட்டத்தின் படைக் கலமாக்கிடும் சிற்பிகளும் திராவிட விடுதலை இயக்கத்தார்தான்.

ஓவியக் கலையிலும் புரட்சி-புதுமை-திராவிட விடுதலைக் கிளர்ச்சிக்கு அதுவும் தேவைப்பட்டது என்று கருதுகிற காரணத்தால்.

தாமரை மலரிலே நின்றிடும் லட்சுமி பாம்பு மெத்தையில் படுத்திடும் விஷ்ணு - இப்படித்தான் காண முடிந்தது ஓவியங்களை.

பராந்தகன் படையெடுப்பு ஓவியமாக வரவில்லை. செங்குட்டுவன் சிரிப்பு- சித்திரமாக காட்டப்பட வில்லை. திராவிடத்திலே நடமாடியவர்கள் - நமது மூதாதையர்கள்- எப்படியிருந்திருப்பார்கள் என்று கனவு கண்டு அதை ரசிக்க முடியுமே தவிர முழு மகிழ்ச்சியடைந்திட முடியாது.

கண்டவர் விண்டிலாத, விண்டவர் கண்டிலாத, கடவுளரின் திருவுருவங்களை காமிராவின் உதவியால் கண்டது போல் ஓவியங்களாக்கி காட்டிடுவர்.

கண்ணன், கோவர்த்தனகிரியை விரலால் தூக்கிடுகிறான். சித்திரம் பார்க்கிறோம்.

வீரமா பிறக்கும்? ஆகா ஆண்டவன் செயலே செயல் என்று பக்தி போகையல்லவா உண்டாகும்.

ஆரியப் படை கடந்த நெடுஞ்செழிய பாண்டியனின் வீர உருவத்தையும் அவன் பார்வை பட்டோடும் எதிரிகளையும் படமாக்கித் தந்தால் தேய்ந்து போன திராவிடம் வீரம் பெற்று வீறு கொண் டெழாதா?

இந்தக் கேள்வியின் எதிரொலிதான் திராவிட விடுதலைப் படையினரின் ஓவியக் கலைப் புரட்சி.

வரலாறுகளை விளக்கும் ஓவியங்கள்-வஞ்சகர் வீழ்ந்ததைக் காட்டும் ஓவியங்கள்-வீர உணர்ச்சி யைத் தூண்டும் ஓவியங்கள் என்றிப்படி வளர்ந்திடுகிறது ஓவியக் கலைப் புரட்சி.

பழைய சித்திரங்கள் பலவற்றை அழித்துவிட்டு புது சித்திரம் தீட்டும் இரட்டிப்பு வேலை ஏற்பட்டாலுங்கூட, இந்த வேலையிலும் வெற்றியின் தூதுவராகி விட்டனர் விடுதலைக் கிளர்ச்சியினர்.

குழந்தை தாலாட்டிலிருந்து, வளர்ந்து விட்டவனை வட்டமிடும் சூழ்நிலைகள் எல்லாவற்றிலும் விடுதலை யுணர்வை வீழ்த்திடும் மருந்துகள் கலக்கப்பட்டே யிருந்தன.

அடிபீடத்திலிருந்து புரட்சி நடத்தி — பக்குவப் படுத்திடும் பணி பெரியதுதான். ஆனாலும் விடுதலை இயக்கம் சோர்ந்துவிடவில்லை.

விடுதலை தாகத்தை மறைத்திட மொழியை அழிக்கும் முயற்சி நடைபெற்றது. நடைபெறுகிறது. உயிர் சிந்தி மொழி காத்து, மொழியையும் ஒரு படைக்கலமாக்கி வீறுகொண்டெழுகின்றனர் விடுதலைச் சேனையினர்.

'நமஸ்காரம்'-வணக்கமாக மாறிவிட்டது என்றால்-அது சாதாரணம் தான்-அதற்குத் தரப் பட்ட, விலை எவ்வளவு என்பதுதான் சிந்திக்க வேண்டியதொன்று.

இரத்தப் புரட்சி சுலபமானது. எண்ணப் புரட்சி மிக மிக கஷ்டமானது. ஆனாலும் திராவிட விடுதலைப் பாசறையிலே கத்தி தீட்டப்படுவதில்லை. புத்திதான் தீட்டப்படுகிறது.

எண்ணப் புரட்சிதான் நாகரீகமானது என் அறிவுலகம் தெளிவாகத் தெரிவித்திடுகிறது.

புரட்சி என்றால் ரத்தக் குளம் வெட்டுவதும், அமைதி யென்றால் ஆட்டுக்குட்டியாக மாறிடுவதுமல்ல பொருள்.

விடுதலைக் கிளர்ச்சி வேறு நாடுகளில் நடை பெறுகிறது. நடைபெற்றது.

இங்கும் - திராவிடத்தில் நடைபெறுகிறது.

பல பல போர் முனைகளில் விடுதலை வீரர்கள் குதித்திருக்கின்றனர்.

மொழி காக்க நடைபெற்ற போரிலே குடந்தைத் தெருவிலே ரத்தம் பெருக்கெடுத் தோடியது. அது விடுதலை வீரர்களின் தகுதியே தவிர மாற்றா ரின் குருதியல்ல. எண்ணப் புரட்சி நடத்தியவர்களை ரத்தவெறி கொண்ட ஆதிக்க சக்தியின் காவலர்கள் எலும்பை யொடித்து இழுத்துச் சென்றனர்.

விளைவு ரத்த ஆறு என்றாலும், முறை விடுதலை வீரர் கையாண்டதல்ல.

வடநாட்டு ஏகாதிபத்ய மூலவர்கள் திராவிடத்தில் பவனி வந்தபோது வெறுப்பைக்காட்ட விடுதலை சேனை திரண்டெழுந்தது.

கோட்டை கொத்தளங்களை இடித்திடக் குமுறிக் கிளம்பவில்லை. கொடியைக் கிழித்து எரித்திடவில்லை. கோட்சேயாக மாறிட யாரும் நினைத்தது கூட இல்லை.

கருப்புக் கொடியைத்தான் காட்டினார்கள். அதுவும் அமைதியான முறையில்.

எண்ணப் புரட்சி நடைபெற்றது.

ஆனால் ஏகாதிபத்யத் தூதர்கள் அதை ரத்தப் புரட்சியாக மாற்றிடத் துணிந்தனர். விடுதலை சேனைக்கு அமைதியிலும், அறப்போராட்டத்திலும் இருந்த நம்பிக்கையின் காரணமாக எண்ணப் புரட்சி யென் னும் எல்லைக் கோட்டிலிருந்து அவர்களை ஒரு அங்குலம்கூட வெளியே அகற்றிட முடியவில்லை.

விடுதலைச் சேனையினர் விபரம் தெரிந்தவர்கள், விளக்கம் புரிந்தவர்கள். ஒவ்வொருவரும் விவேக சிந்தாமணிகள்.

எய்தவனிருக்க அம்பை நோவானேன் என்ற உண்மையைப் புரிந்தவர்கள். ஆதிக்க சக்திகள் எப்போதுமே தன் தர்பார் குறைவற நடைபெற பல காவலர்களை வைத்துக் கொண்டிருக்கும். அந்தக் காவலர் அம்பு போன்றவர்கள்கூட அல்ல. வாழ்வை நடத்த வேண்டுமேயென்று கட்டுப்பாடுகளால் பிணைக்கப்பட்டு கடமையாற்றிக் கொண்டிருப்பவர்கள்.

ஆட்சிகள் பல மாறும்; புராணத்திலே வரும் இந்திரர்கள் போல!

அதிகாரிகள் அப்படியே இருப்பர் இந்திராணி போல!

அவர்களைப்பற்றி தப்புக் கணக்குப் போட்டு அவர்கள்மீது பாய்ந்திடுவது அர்த்தமற்றது என் பதை நன்றாக உணர்ந்திருக்கின்றனர் விடுதலைச் சேனையினர்.

உதாரணமாக ஒரு போலீஸ் அதிகாரி கொல்லப் படுகிறார், கிளர்ச்சிக்கு தடையாயிருந்தார் என்ற காரணத்திற்காக என்று வைத்துக் கொள்வோம்;

போலீஸ் அதிகாரியின் சாவு புரட்சிக்கு வெற்றிகர மான முடிவை அளித்துவிடுகிற அளவுக்கு அவ் வளவு முக்கியமானதா ?

முக்கியமானதாயிருந்தால்கூட, மனித உணர்ச்சியோடு-பாசம், பரிவு இந்த உணர்வுகளோடு உலகிலே உலவுகிறவர்கள் - அத்தகைய பாசமும் பண்பும் வளரவேண்டும் என்று பாடுபடுகிறவர்கள், ஒரு மனிதனை - தன் இனத்திலேயே ஒரு துளியை அவனுக்கு மனைவியிருப்பாளே அவள் கதறுவாளே அவனுக்கு மக்கள் இருப்பார்களே ; அனாதைகளாவார்களே -தாய் தந்தையர் தவித்திடுவரே என்பவைகளைப்பற்றி கவலைப்படாமல் பிணமாக்கும் தொண்டை போர் முறைகளில் ஒன்றெனக் கருதினால், குறி வைத்திடும் லட்சியத்திலிருந்து தங்களை யறியாமல் நழுவுகிறார்கள் என்றுதானே அர்த்தம்.

அதிகாரிகள் நல்லவர்கள் என்ற வக்காலத்து வாங்கிடும் கருத்திலல்ல இதைக் குறிப்பிடுவது.

அவர்கள் தவறான பாதையில் நடந்துவிடலாம். நடந்துவிடலாம் என்பதுகூட முற்றிலும் சரியல்ல ; நடத்தப்படுகிறார்கள் ஆட்சிபீட மேறிகளால் என்பதுதான் முழு உண்மையுங்கூட !

புரட்சி விரும்பிகளின் சலனம் செய்யவேண்டிய இடம் ஆட்சிபீடம். அதிகாரிகள் உயிர் மேலல்ல.

ஆட்சி பீடத்தைக் கைப்பற்றுவதும் 'அவுங்ஸான் மந்திரி சபை' யை மாற்றார் கைப்பற்றிட கையாண்ட முறைகளைப் பின்பற்றி அல்ல.

விழித்தெழுந்த மக்களை விடுதலை சேனையின் பக்கம் திரட்டிட வேண்டும். உறக்கத்திலிருப்பவரை எழுச்சிபெறச் செய்திடவேண்டும்.

மக்கள் மன்றத்தின் தீர்ப்பு பிறகு தீட்டப்பட வேண்டும். வாள் முனையால் அல்ல! பேனா முனையால்!

வேட்டு தந்திட்ட காலம் போய் ஓட்டுச் சீட்டுக்களால் ஒழித்துவிட முடியும் உன்மத்தர்களை என்ற அளவுக்கு நாகரீகம் படர்ந்திருக்கிற காலமிது!

இந்தக் காலத்திலேதான் உலகின் பல முனைகளிலே விடுதலைக் கிளர்ச்சி நடைபெறுகிறது.

அங்கெல்லாம் பல இடங்களில் ஆயுதப் புரட்சி !

இங்கு எண்ணப் புரட்சி !

இதுதான் வேறுபாடு. தேவையானதுங்கூட!

★★★

9 788199 67708